g l p uschool keekangodu
stories
•
p v shajikumar
•
first edition
february 2017
•
second edition
april 2019
•
typesetting & published
chintha publishers, thiruvananthapuram
•

•
cover
vishnuram
•

വിതരണം
ദേശാഭിമാനി ബുക്ക് ഹൗസ്
H O തിരുവനന്തപുരം-695 035
phone: 0471-2303026, 6063026
www.chinthapublishers.com
chinthapublishers@gmail.com

ബ്രാഞ്ചുകൾ
ഹെഡ്ഡാഫീസ് ബ്രാഞ്ച് കുന്നുകുഴി • സ്റ്റാച്യു തിരുവനന്തപുരം • കെ എസ് ആർ ടി സി ബസ് സ്റ്റേഷൻ ആലപ്പുഴ • കെ എസ് ആർ ടി സി ബസ് സ്റ്റേഷൻ എറണാകുളം • മച്ചിങ്ങൽ ലെയ്ൻ തൃശൂർ • ഐ ജി റോഡ് കോഴിക്കോട് • മാവൂർ റോഡ് കോഴിക്കോട് • എൻ ജി ഒ യൂണിയൻ ബിൽഡിങ് കണ്ണൂർ • സെൻട്രൽ ബസ് ടെർമിനൽ കോംപ്ലക്സ് താവക്കര കണ്ണൂർ

CR - 2099 / 5021
ISBN - 978-93-86364-56-2

ജി എൽ പി ഉസ്കൂൾ കീക്കാങ്കോട്ട്

(കഥകൾ)

പി വി ഷാജികുമാർ

ചിന്ത പബ്ലിഷേഴ്സ്
തിരുവനന്തപുരം-695 035
വില: ₹ 100

പി വി ഷാജികുമാർ

1983 മെയ് 21 ന് കാസർഗോഡ് ജില്ലയിലെ മടിക്കൈയിൽ ജനനം.
കാസർഗോഡ് എൽ ബി എസ് എഞ്ചിനിയറിങ് കോളേജിൽനിന്ന് എം സി എ ബിരുദം.
ജനം, വെള്ളരിപ്പാടം, കിടപ്പറസമരം, ഉള്ളാൾ, ജി എൽ പി ഉസ്കൂൾ കീക്കാംങ്കോട്ട് എന്നീ കഥാസമാഹാരങ്ങൾ. *കാലിച്ചാംപൊതിയിലേക്ക് ഒരു ഹാഫ്ടിക്കറ്റ്, ഇതാ ഇന്ന് മുതൽ; ഇതാ ഇന്നലെ വരെ* എന്നീ ഓർമ്മക്കുറിപ്പുകൾ.
കന്യക ടാക്കീസ്, ടേക്ക് ഓഫ് എന്നീ സിനിമകളുടെ തിരക്കഥയും *പുത്തൻപണം* എന്ന സിനിമയുടെ സംഭാഷണവും നിർവ്വഹിച്ചിട്ടുണ്ട്.
മികച്ച തിരക്കഥയ്ക്കുള്ള ന്യൂയോർക്ക് ഫിലിം ഫെസ്റ്റിവൽ അവാർഡും ഷാങ്ഹായ് ഫിലിംഫെസ്റ്റിവൽ പുരസ്കാരവും വയലാർ അവാർഡും, കേന്ദ്ര സാഹിത്യ അക്കാദമി - യുവ പുരസ്കാരം, കേരള സാഹിത്യഅക്കാദമി- ഗീത ഹിരണ്യൻ എൻഡോവ്മെന്റ്, സി വി ശ്രീരാമൻ പുരസ്കാരം, എസ് ബി ടി കഥാപുരസ്കാരം, കുഞ്ഞുണ്ണി മാഷ് അവാർഡ്, അങ്കണം പുരസ്കാരം, മലയാള മനോരമ- ശ്രീ പുരസ്കാരം, ഭാഷാപോഷിണി അവാർഡ്, കുഞ്ഞുണ്ണി പുരസ്കാരം, നാവ് പുരസ്കാരം തുടങ്ങിയ ഒട്ടേറെ പുരസ്കാരങ്ങൾ ലഭിച്ചിട്ടുണ്ട്.
*മാതൃഭൂമി*യുടെ കൊല്ലം യൂണിറ്റിൽ സിസ്റ്റം സൂപ്പർവൈസറായി ജോലി ചെയ്യുന്നു.

ഭാര്യ : മനീഷ നാരായൺ
വിലാസം : സിസ്റ്റം സൂപ്പർവൈസർ
മാതൃഭൂമി, കൊല്ലം-691003.
email : shajikumarshaji@gmail.com
Phone : 9846642578

ഉള്ളടക്കം

ലോകത്തിലെ

എല്ലാ

കുഞ്ഞുമക്കൾക്കും

പ്രസാധകക്കുറിപ്പ്

പി വി ഷാജികുമാറിന്റെ ഏറ്റവും പുതിയ കഥാസമാഹാരമാണിത്. ജീവിതത്തിൽനിന്ന് പുറന്തള്ളപ്പെട്ടുപോയ കുട്ടികളും മുതിർന്നവരുമാണ് ഈ കഥകളിൽ ജീവിക്കുന്നത്. സ്കൂൾ അനുഭവത്തിന്റെ വേദനയും കണ്ണീരും നിറഞ്ഞ ഈ ഓർമ്മകൾ അരാഷ്ട്രീയമായ ഗൃഹാതുരതയല്ല സൃഷ്ടിക്കുന്നത്. ഓരോ വായനക്കാരനെയും കഥയിലേക്ക് വലിച്ചടുപ്പിക്കുന്ന ആഖ്യാന മികവാണ് ഷാജിയുടെ കഥകളെ വേറിട്ടതാക്കുന്നത്. വായനക്കാർ ഈ കഥാസമാഹാരത്തെ ഇരുകൈയും നീട്ടി സ്വീകരിക്കുമെന്ന് ഞങ്ങൾക്കുറപ്പുണ്ട്.

ചിന്ത പബ്ലിഷേഴ്സ്

പൊട്ടിയ സ്ലേറ്റ്

അടി കിട്ടാതിരിക്കാൻ പാറപ്പുല്ല് കീശയിലിട്ട് പോയത്
സ്ലേറ്റ് മായ്ക്കാൻ വെള്ളംകുടിയൻ തണ്ട് പറിച്ചെടുത്തത്
ജനഗണമന തീരും മുമ്പെ
ജനല് വഴി പുറംലോകത്തേക്ക് ചാടിപ്പോയത്
കാരപ്പഴവും ചൂരിപ്പഴവും നെല്ലിക്കയും
മാങ്ങാപ്പരലും പരസ്പരം പങ്കുവെച്ചത്
കളിച്ചുതിമിർത്ത് പൊടിമണ്ണിന്റെ ഷൂസിട്ടത്
കണ്ണിച്ചിറച്ചാലിലേക്ക് കൂട്ടത്തോടെ മലക്കം മറിഞ്ഞത്
അസംബ്ലിയിൽ വെയില് കൊണ്ട് ഉറക്കം തൂങ്ങിയത്
മഴയെ പാഞ്ഞുതോല്പിച്ചത്
സ്കൂളിന്റെ മേൽക്കൂരയിൽ വലിഞ്ഞുകയറി
സ്വന്തം പേരെഴുതി വെച്ചത്
പൊള്ളിക്കായ റോഡിൽ ഉരച്ചുരച്ച് കൂട്ടുകാരനെ പൊള്ളിച്ചത്
മരക്കൊമ്പിൽ കാലുകൾ കെട്ടി, വേതാളമായി തൂങ്ങിയാടിയത്
മഴയത്ത് കബഡി കളിച്ചത്
ആഗസ്ത് 15 ന് പായസം കുടിക്കാൻ ഉഷാറോടെ പോയത്
തീപ്പെട്ടിക്കളി കളിച്ചത്
മൂക്കിൽ തൊട്ട് അടി കൂടിയത്
അങ്ങനെയെന്തൊക്കെയോ...

ക്ലാസിന് പുറത്താണ്
ഓർമ്മയിലെ ഉസ്കൂൾ..
ഇരുത്തം അകത്ത് ഉറയ്ക്കുന്നേയില്ല...

അങ്ങനെയിങ്ങനെയൊക്കെ
ഒറ്റപ്പെട്ട് പോയ കുട്ടികളാണ്
ഇതിലെ കഥകളിൽ.
അവർ കണ്ട ലോകമാണ്
ഈ ജി എൽ പി ഉസ്കൂൾ.

സ്നേഹപൂർവ്വം
ഷാജി കുമാർ

മറഡോണ

ഒരു മെയ്മാസരാവിൽ ഇളനീര് കട്ടുകുടിക്കാൻ കൊട്ടക്കണ്ണൻ പുഴ വക്കത്തെ ആരാന്റെ തെങ്ങിൽ കയറിയപ്പോൾ വഴുതിവീണ് കാല് പൊളി ഞ്ഞ് കിടപ്പിലായതോടെയാണ് ഞങ്ങളാകെ പ്രതിസന്ധിയിലായത്. കൊട്ട ക്കണ്ണൻ ഞങ്ങളുടെ ടീമിലെ സെന്റർഫോർവേഡാണ്. ബൊളിവിയ സ്റ്റാർസ് എന്നാണ് ഞങ്ങളുടെ ക്ലബ്ബിന്റെ പേര്. ബി എസ് എന്ന ചുരുക്ക പ്പേരിൽ അറിയപ്പെടുന്നു. “കൊല്ലാം, പക്ഷേ തോല്പിക്കാനാവില്ല”- ഞങ്ങൾ ഉയർത്തിപ്പിടിക്കുന്ന മുദ്രാവാക്യം. എല്ലായ്പ്പോഴും ഞങ്ങൾ തോല്ക്കുകയും കാണികൾ പരിഹസിച്ച് കൊല്ലാറുമുണ്ട്. മുദ്രാവാക്യം മാറ്റിയെഴുതുന്നതിനെക്കുറിച്ച് ഞങ്ങൾ ആലോചിക്കുന്നുണ്ട്. ഞങ്ങളേ തെങ്കിലും മത്സരത്തിൽ ജയിച്ചിട്ടുണ്ടെങ്കിൽ അതിന് കാരണം കൊട്ടക്ക ണ്ണനാണെന്ന് പറഞ്ഞാൽ അതിശയോക്തി തീരെയില്ല. മരുഭൂമിയിൽ മഴ പെയ്യുന്നതുപോലെ എപ്പോഴെങ്കിലും അവൻ ഒറ്റയ്ക്ക് അടിക്കുന്ന ഗോളു കളിലായിരുന്നു ഞങ്ങളുടെ പ്രതീക്ഷയത്രയും. നാളെ 150 സെന്റിമീറ്റർ താഴെ ഉയരമുള്ളവർക്കായി പള്ളത്തുവയലിൽ വെച്ച് നടക്കുന്ന രതീഷ് സ്മാരക ഏകദിന സെവൻസ് ടൂർണ്ണമെന്റിൽ പേര് കൊടുത്തിട്ടുള്ള താണ്. പ്രവേശനഫീസായ 100 രൂപ കൊടുത്തുംകഴിഞ്ഞു. കൊട്ടക്കണ്ണ നില്ലാതെ കളിച്ചാൽ തോല്വി ഉറപ്പാണ്. പക്ഷേ, 100 രൂപ വെറുതെ കള യുന്ന കാര്യം ആലോചിക്കാനേ കഴിയില്ല. ഞങ്ങൾ കഷ്ടപ്പെട്ട് ഉണ്ടാക്കി യ കാശാണ്. ടയറ് കുമാരേട്ടന്റെയടുത്ത് നിന്ന് വാടകയ്ക്ക് സൈക്കിളു മെടുത്ത് നാട് പകലിലേക്ക് കാലും മുഖവും കഴുകുന്നതിന് മുമ്പ് ഞാൻ പത്രമിട്ടതിന്റെയും ഗംഗൻ മാഷിന്റെ കമുകിൻ തോട്ടത്തിൽ കൊമ്പൻ വെള്ളം തേവാൻ പോയതിന്റെയും കീരനും കൂക്കിരിയും ക്വാറിയിൽ ചില്ലി പൊട്ടിച്ചതിന്റെയും രാജേട്ടന്റെ ഹോട്ടലിൽ ഉസ്മാൻ പാത്രം കഴു

കിയതിന്റെയും ആകത്തുകയാണ്. അതങ്ങനെ ഒഴിവാക്കാൻ പറ്റില്ല.

നാറിത്തോല്ക്കുന്നുണ്ടെങ്കിൽ തോല്ക്കട്ടെ, ആറ് പേരെ വെച്ച് കളിക്കാം- നൂറ് രൂപ ഞങ്ങളുടെ മനസ്സിനെയുറപ്പിച്ചു.

സന്ധ്യ പടിഞ്ഞാറ് അസ്തമിച്ചു. പക്ഷികൾ ഒച്ചയുണ്ടാക്കാതെ ആകാശം മുറിച്ചുകടന്നു. ഞങ്ങൾ എഴുന്നേറ്റു. യുദ്ധത്തിൽ ഛേദിക്കപ്പെട്ട പടയാളിയുടെ ശിരസ്സ് പോലെ, കപ്പത്തണ്ടുകൾ കൊണ്ടുണ്ടാക്കിയ പോസ്റ്റിനരികിലായി കിടന്ന ഫുട്ബോൾ ഞാൻ കാലിലെടുത്ത് ഉയർത്തിയടിച്ചു. ഫുട്ബോൾ തിരിച്ചെത്തും മുമ്പെ കാല് വഴുതി ഞാൻ കണ്ടത്തിലേക്ക് മലർന്നടിച്ചുവീണു. ട്രൗസർ രണ്ടായി കീറി. എന്റെ വീർത്തു നില്ക്കുന്ന വയറിൽ വീണ് ഫുട്ബോൾ ആകാശം തൊടാൻ ശ്രമിച്ചു. കീറിയ ട്രൗസറിന്റെ പിറകുവശം പൊത്തിപ്പിടിച്ച് ഞാൻ എഴുന്നേറ്റു.

- കാമറൂണേ... കഴീന്ന പണിക്ക് പോയാപ്പോരേ....

ഉസ്മാൻ പരിഹസിച്ചു.

കാമറൂൺ എന്റെ ഇരട്ടപ്പേരാണ്. കറുകറുത്ത എന്റെ നിറവും അധികം വളരാത്ത കുറ്റിത്തലയും കാരണം ഞാൻ ഒരു രാജ്യമായി. കഴിഞ്ഞ ലോകകപ്പിൽ കാമറൂൺ കളിച്ചിരുന്നു. അന്നാണ് എനിക്ക് പേര് വീണത്. സത്യം പറഞ്ഞാൽ കാമറൂൺ വിളി എനിക്ക് ഇഷ്ടമല്ല. പ്രതിഷേധിച്ചാലും അതിന് വലിയ വില കൊടുക്കാൻ ആരും തയ്യാറുമല്ല.

ആരോടും ഒന്നും പറയാതെ ഞാൻ ഇറങ്ങി. ഒരു കാമറൂൺ വിളിയിൽ തകരാൻ മാത്രം ബലമില്ലാത്തവനായല്ലോ നീ...-ചാറ്റൽ മഴ പിറകെ വന്നു.

“വെളുപ്പ് കൊറവില്ലാത്ത എനക്കും നെനക്കും എങ്ങനാടീ കറുത്ത കുട്ടീണ്ടാവണത്... ആരാടീ ഈ എരണം കെട്ടോന്റെ തന്ത..” എന്ന് കോപാക്രാന്തനായി അമ്മയെ തല്ലാനായി മാത്രം വീട്ടിലേക്ക് വരുന്ന അച്ഛനാണ് കറുപ്പനായി ജനിച്ചതിന്റെ ദുരന്തഫലം ആദ്യമനുഭവിപ്പിച്ചത്. അതിപ്പോഴും തുടരുന്നു. സ്കൂളിൽ ഗ്രൂപ്പ് ഫോട്ടോയെടുക്കുന്ന ദിവസം കറുത്ത മോന്ത പതിയുമെന്ന നാണക്കേടിനാൽ അസുഖം അഭിനയിച്ച് വീട്ടിൽ ചുരുണ്ടുകൂടും. വെളുപ്പിക്കാൻ പല വഴികൾ നോക്കി. വെളുപ്പിക്കുന്തോറും കറുപ്പ് കൂടിക്കൂടിവന്നു. കറുപ്പനായത് കൊണ്ട് കറുത്ത പെണ്ണ് പോലും തിരിഞ്ഞുനോക്കുന്നില്ല....

മനസ്സ് വിങ്ങിപ്പൊട്ടി.

-എടാ തിരുമണ്ടാ... തൊലീടെ വെൾപ്പിലല്ല കാര്യം... മനസ്സിന്റെ വെൾപ്പിലാ... ശരീരം എത്ര വെൾത്തിറ്റായാലും മനസ്സ് കറ്ത്ത് പോയാൽ ഒരു കാര്യൂംല്ല... നെന്റെ മനസ്സ് വെൾത്തിറ്റാടാ... അതോണ്ട് നീ പളുങ്ക് പോലെ സുന്ദരനാ...

ചാറ്റൽമഴ ആശ്വസിപ്പിച്ചു.

-വേദാന്തം പറയാൻ ആർക്കും കഴീം... അനുഭവിക്ക്ന്നത് ഞാൻല്ലേ....

ഇവനോട് പറഞ്ഞിട്ട് കാര്യമില്ലെന്ന് മനസ്സിലായത് കൊണ്ടാവാം

മഴ കാറ്റിന്റെ കൈ പിടിച്ച് പടിഞ്ഞാറോട്ട് പോയി.

വീട്ടിലേക്കുള്ള വഴി തിരിയുമ്പോൾ മാങ്ങ പിടിക്കാത്ത കുന്നിൻ ചെരുവിലെ തൊണ്ടൻമാവിന് കീഴെ കടലാസ് പന്ത് നിലത്തുവീഴാതെ ഇടതുകാലിൽ തട്ടിക്കൊണ്ട് നില്ക്കുന്ന ഒരു ചെറുക്കനെ ഞാൻ കണ്ടു.

പോവണോ വേണ്ടയോ...!

പോയ്ക്കളയാം...

ഉച്ചത്തിലെണ്ണിക്കൊണ്ടാണ് അവൻ പന്ത് കാലിലേക്കെടുക്കുന്നത്. നൂറ് കടന്നിരിക്കുന്നു. അപ്പോൾ പന്ത് ഇതുവരെയായും നിലം തൊട്ടിട്ടില്ല. രണ്ട് വട്ടം പോലും പന്ത് നിലത്ത് മുട്ടിക്കാതെ തട്ടിക്കളിക്കാൻ കഴിവില്ലാവനാണ് ഞാൻ. എന്നേക്കാൾ നീളം കുറവായിട്ടും കറുപ്പ് കുറവായിട്ടും എനിക്ക് അവനോട് ബഹുമാനം തോന്നി. മറഡോണ- അവനെ വിളിക്കാൻ പറ്റിയ വേറൊരു പേരും എന്റെ മനസ്സിൽ വന്നില്ല. ഇരുന്നൂറ് കഴിഞ്ഞപ്പോൾ എന്നോട് സംസാരിക്കാതിരിക്കുന്നത് ശരിയല്ലെന്ന് തോന്നിയതാവാം അവൻ പന്ത് പൊക്കിയടിച്ചു. പന്ത് കറങ്ങിക്കറങ്ങി പാറക്കൂട്ടങ്ങൾക്കിടയിൽ സ്വർണ്ണം വിളയിച്ചുകൊണ്ടിരുന്ന മുളിപ്പുല്ലുകളിൽ അദൃശ്യമായി.

അവൻ ചിരിച്ചു.

ഞാനും ചിരിച്ചു, ഇപ്പോൾ ഇരുട്ടത്ത് ചിമ്മിണിവിളക്ക് കത്തിച്ചുവെച്ചത് പോലെ എന്റെ മഞ്ഞപ്പല്ലുകൾ പുറത്തുകാണുന്നുണ്ടാവും. ഞാൻ വായ അടച്ചു.

"അടുത്താണോ വീട്..?"

ഞാൻ ചോദിച്ചു.

"അകലത്താ... റെയിൽപ്പാളം കഴിഞ്ഞ് പോണം..."

"പിന്നെന്താ പോവാത്തേ.. ഇരുട്ടായില്ലേ..."

"ഇപ്പൊ പോയാല് ശര്യാവൂലാ..."

"അതെന്താ..."

"അതങ്ങനെയാ..."

അവൻ എന്നെയാകെ ചുഴിഞ്ഞുനോക്കുന്നുണ്ട്. അമിതമായി ആരെങ്കിലും ശ്രദ്ധിച്ചാൽ പടർന്നുപിടിക്കുന്ന വിറയൽ സംഭവിച്ചുതുടങ്ങിയിരിക്കുന്നു. എന്നെ തൊട്ടുനില്ക്കുന്നുണ്ടായിരുന്ന കമ്യൂണിസ്റ്റ് പച്ചയിൽ ഞാൻ പിടുത്തമിട്ടു.

"നമ്മളൊപ്രം കളിക്കാൻ വര്വോ..."

ഞാൻ വേഗം കാര്യത്തിലേക്ക് കടന്നു.

"എന്ത് കളി..?"

ഒന്നരപ്പുറത്തിൽ കവിയാതെ ഞാൻ വിശദീകരിച്ചു.

"ഞാൻ അങ്ങനെ ടീമായിട്ടൊന്നും കളിച്ചിറ്റ്ല്ല..."

അവൻ ചിന്തയിലായി.

വാകമരത്തിലെ കിളികൾ ഉറങ്ങുന്നതിന് മുന്നോടിയായി ലോകത്തിന്റെ കുറ്റവും കുറവും പറയാൻ തുടങ്ങി.

"അതൊക്കെ ശര്യാവും.. നീ വന്നാ മതി..."

അവൻ സംശയിച്ചു.

"ഒരു കൊയപ്പവുമുണ്ടാവില്ലാന്നേ..."

"എങ്ങോട്ടാ വരണ്ടത്..."

"അപ്രത്തെ കണ്ടത്തില്.. ആട്യാ മ്മടെ ഗ്രൗണ്ട്.. ആട്ന്ന് നേരെ പള്ളത്തുവയലിലേക്ക് പോവാം..."

അവൻ ഉറപ്പില്ലാത്തൊരു തല കുലുക്കി.

"വരണം..."

അവൻ ഉറപ്പിൽ തലയാട്ടി.

"ഞാൻ പോട്ടെ... ഒറ്റക്കെ് ഈട നിക്കാൻ പേടില്ലേ...."

"വീട്ട്ല് നിക്കാനാ ഇതിനേക്കാളും പേടീ..."

എനിക്ക് ഒന്നും മനസ്സിലായില്ല.

ഞാൻ വീട്ടിലേക്കുള്ള ചെരിവിറങ്ങി.

"അല്ല.. പേര് പറഞ്ഞിറ്റ്ല...."

ഞാൻ തിരിഞ്ഞുനിന്നു.

"ചമലേലു..."

എനിക്ക് ചിരി വന്നു.

"ഇതെന്തോന്ന് പേരാ.. വിളിക്കണംങ്കി നാവ് വടിക്കണല്ലോ..."

"അങ്ങനേം പേര്ണ്ട്... എന്താ നെന്റെ പേര്..."

"സുശീൽ കുമാർ... "

"ഉം..."

"ഞാൻ നിന്നെ മറഡോണാന്നേ വിളിക്കൂ... മറഡോണെന്റെ നല്ല കട്ട്ണ്ട് നെനക്ക്..."

"എന്നാല് ഞാൻ നിന്നെ മണ്ടേലാന്ന് വിളിക്കും.. മണ്ടേലേന്റെ കണക്കത്തെ മൂക്കാ നെനക്ക്..."

എന്റെ ചുണ്ടിൽ ഒരു ചിരി വിരിഞ്ഞുവന്നു. മണ്ടേലയെ എനിക്കിഷ്ട മാണ്. പളുങ്ക് പോലെ മണ്ടേല കണ്ണിറുക്കി ചിരിക്കുന്നത് ഞാൻ പത്ര ത്തില് കണ്ടിട്ടുണ്ട്. അതുകാണുമ്പം എന്തോ എനിക്ക് വല്ലാത്ത സന്തോഷം വരും. ഭാവിയിൽ കേരളത്തിലെ മണ്ടേലയാവുക എന്നതാണ് എന്റെ ആഗ്രഹം.

നന്ദിപൂർവ്വമായ ചിരിയവന് നല്കി, ഞാൻ വഴിതപ്പി.

രാത്രിയെയും കൊണ്ട് സന്തോഷത്തോടെ വീട് കയറിയ എന്നെ എതിരേറ്റത് അച്ഛനും അമ്മയും തമ്മിലുള്ള മുട്ടൻവഴക്കായിരുന്നു. എവി ടെനിന്നൊക്കെയോ പാത്രങ്ങൾ വീണുടഞ്ഞു. പൂച്ച കരഞ്ഞുകൊണ്ട് പു റത്തേക്കോടി. ബഹളം പുറത്തറിയാതിരിക്കാൻ റേഡിയോ ഞാൻ ഒച്ച ത്തിൽ വെച്ചു. പ്രേംനസീറിന്റെ പ്രേമഗാനങ്ങൾ അവരുടെ തെറിവിളിക ൾക്ക് മുന്നിൽ ദയനീയമായി കീഴടങ്ങി. സ്റ്റേഷൻ മാറ്റിനോക്കി, ഹിന്ദി വാർത്തകളും കൃഷിപാഠവും ഒന്നും എന്റെ രക്ഷക്കെത്തിയില്ല. അയൽവീ ടുകളുടെ മുറ്റങ്ങളിൽ കാഴ്ചക്കാർ വർദ്ധിച്ചു. ചായ്പിൽ ഇരുട്ട് തന്ന ത

ണലിൽ ഞാൻ അങ്ങനെനിന്നു.

അച്ഛൻ ഇരുട്ടിലേക്ക് ഇറങ്ങിപ്പോയി. എന്നെ കണ്ടുവെന്ന് തോന്നുന്നു. അച്ഛൻ എന്നെ ഉപദ്രവിക്കില്ല, എന്നോട് മിണ്ടാറുമില്ല. അപരിചിതനോടെന്ന പോലെയാണ് പെരുമാറുക. കണ്ടാലും കണ്ടില്ലെന്ന് നടിച്ച് മുഖം താഴ്ത്തിക്കടന്നുപോവും.

അമ്മ പായയിൽ കമിഴ്ന്ന് കിടക്കുകയായിരുന്നു. പാത്രങ്ങൾ വീണിടത്ത് തന്നെ ചുരുണ്ടുകിടക്കുന്നു. എന്തുചെയ്യണമെന്നറിയാതെ ഞാൻ അങ്ങനെ കുറേനേരം നിന്നു. ഓടുകൾക്കിടയിൽ വെച്ച ചില്ലിലൂടെ നിലാവ് എന്നെ നോക്കി. എവിടെ നിന്നോ ഒരു കൂമൻ കുറുകി. അമ്മക്കടുത്തായി ഞാൻ ചുരുണ്ടുകിടന്നു. ചാണകം മെഴുകിയ തറയിൽ നിന്ന് തണുപ്പ് അസ്ഥികളെ തൊട്ടു. ഞാൻ കരയുന്നുണ്ടായിരുന്നു. കരയുന്നത് ഞാൻ പോലും അറിയുന്നുണ്ടായിരുന്നില്ല.

പിറ്റേദിവസം മഞ്ഞ് വീണ് നനഞ്ഞ വഴികളിലൂടെ പത്രക്കെട്ടും കൊണ്ട് സൈക്കിൾ ചവുട്ടുമ്പോൾ തലേന്നത്തെ കരച്ചിലും ബഹളവും മനസ്സിൽ വന്നില്ല. 'മരിച്ചും ജീവിച്ചും മരിച്ചുജീവിച്ചും കഴീന്ന മനുഷ്യന്മാരെയും വഹിച്ചോണ്ടാണ് നീ പോകുന്നതെന്ന് ഓർത്താൽ നീയൊരു ഭയങ്കരനാന്ന് നെനക്ക് തോന്നും..' എന്ന് നാട്ടിൽ പത്രങ്ങളുടെ ഒരേയൊരു ഏജന്റായ മമ്മദിക്ക ഒരിക്കൽ പറഞ്ഞിരുന്നു. മുഴുവനായിട്ട് മനസ്സിലായില്ലെങ്കിലും പത്രം കൊണ്ടിടുന്നത് വലിയൊരു സംഗതിയാണെന്ന് എപ്പോഴോ സ്വയം തോന്നിയിരുന്നു. പുലർച്ചയുടെ നര വീണ ഇരുട്ടിലൂടെ സൈക്കിൾ പായിക്കുമ്പോൾ അതുകൊണ്ട് തന്നെ വല്ലാത്തൊരു സുഖം കിട്ടും. ആ ലഹരിയിൽ ഇന്ദ്രജാലം സിനിമയിലെ 'കുഞ്ഞിക്കിളിയേ.. കൂടെവിടെ..' അറിയാതെ ഒച്ചത്തിൽ പാടും ഞാൻ, വായ കൊണ്ട് താളമിടും.

ബ്രസീലിന്റെ സ്ട്രൈക്കർ റൊമാരിയോ പത്രത്തിലെ ആദ്യപേജിൽ നിന്ന് എന്നെ നോക്കിച്ചിരിച്ചു. ലോകകപ്പിൽ ഇന്ന് രാത്രി ബ്രസീലും സ്വീഡനുമായുള്ള ഒന്നാം സെമിഫൈനലാണ്. എന്റെ ടീം ബ്രസീൽ ആണ്. ബ്രസീൽ ഇന്ന് ജയിക്കും, എനിക്ക് സംശയമില്ല.

കരുത്തരായ ഇറ്റലിയും ബൾഗേറിയയും തമ്മിലാണ് രണ്ടാം സെമി. ഇറ്റലി തോല്ക്കേണ്ടത് അതുകൊണ്ടുതന്നെ എന്റെ ആവശ്യമാണ്.

-ഈശ്വരാ.. ഭഗവതീ.. ബാജിയോക്ക് തൂറ്റല് പിടിച്ച് ഇന്ന് കളിക്കാൻ കയ്യാതെയാവണേ....

ഞാൻ ദൈവത്തെ വിളിച്ചു.

പാളത്തിനപ്പുറത്തുള്ള വീടുകളിൽ പത്രമിടുമ്പോൾ വെറുതെ ബെല്ലടിച്ചു. അതുകേട്ട് ഏതെങ്കിലും വീട്ടിൽ നിന്ന് മാറഡോണ ഉറക്കം തിരുമ്മിക്കളഞ്ഞ് എഴുന്നേറ്റ് വരുമെന്ന് ഞാൻ പ്രതീക്ഷിച്ചു. 'ആരെടാതെണ്ടീ..' എന്ന് കുരച്ച് കൊണ്ട് ഒരു പട്ടി പിറകെ ഓടിയത് മിച്ചം. പട്ടികളെ പേടിയില്ലെങ്കിലും പട്ടിയുടെ കടി പേടിച്ച് ഞാൻ സൈക്കിൾ ആഞ്ഞു ചവിട്ടി.

കളിയുള്ളതു കൊണ്ട് സൈക്കിൾ വൈകുന്നേരം വരെ വാടകയ്ക്ക് വാങ്ങി.

കണ്ടത്തിൽ എല്ലാവരും എത്തിയിരുന്നു.

മറഡോണ മാത്രമില്ല.

എനിയെനിക്ക് ഇരുട്ടത്ത് തോന്നിയതാവുമോ....

അഞ്ച് മിനിട്ട് കുറവായതുകൊണ്ട് എനിക്കങ്ങനെ പല തോന്നലുകളും ഉണ്ടാവാറുണ്ട്.

അപ്പോൾ തോന്നിയതാണ്....

പരിഹസിക്കപ്പെടുമെന്നുള്ളത് കൊണ്ട് ആരോടും പറഞ്ഞില്ല.

എനിക്ക് വീണ്ടും സങ്കടം വന്നു.

പള്ളത്തുവയലെത്തുമ്പോൾ അതാ അവൻ!

"വൈകിയാലോ എന്ന് കരുതി ഞാൻ നേരെ ഇങ്ങോട്ട് വന്നു..."

അവൻ ചിരിച്ചു.

വായുവിലേക്ക് ഇടതുകാലുയർത്തി അവൻ മസില് പിടപ്പിച്ചു.

എന്റെ മനസ്സ് തെളിഞ്ഞു.

മറ്റുള്ളവർക്ക് ഞാൻ അവനെ പരിചയപ്പെടുത്തി.

എന്റെ പ്രതീക്ഷ തെറ്റിയില്ല, കൊട്ടക്കണ്ണനേക്കാൾ ഇരട്ടിക്ക് ഇരട്ടി നന്നായി അവൻ കളിച്ചു.

ഇനി കൊട്ടക്കണ്ണന്റെ അഹങ്കാരമെല്ലാം കാറ്റിൽ പറക്കും...

ബോള് കാലിൽ കെണിഞ്ഞാൽ ശരംവിട്ടതു പോലെ ഗോൾമുഖത്തേക്ക് ഒറ്റപ്പോക്കാണ് അവൻ. അത് ഗോളിയേയും കടന്നുപോവുന്നത് കണ്ണടച്ച് തുറക്കുന്ന വേഗതയിലാണ്. ആരെയും സ്പർശിക്കാതെ അവൻ പന്ത് കൈക്കലാക്കി. ഒരു ഫൗളും ചെയ്തില്ല. ഒരു ഫൗളിനും നിന്ന് കൊടുത്തതുമില്ല. ആരെങ്കിലും തള്ളാൻ വന്നാൽ അവൻ മാറിനില്ക്കും. ഇതൊക്കെ വളരെ പെട്ടെന്ന് അവനെ കാണികളുടെ പ്രിയങ്കരനാക്കി. ചരിത്രത്തിലാദ്യമായി ഞങ്ങളുടെ ഒരു കളിക്കാരന്റെ കാലിൽ പന്ത് കിട്ടുമ്പോൾ കൈയടിക്കാൻ ആളുകൾ സന്നദ്ധരായി. അവന്റെ കളിയിൽ നിന്ന് കിട്ടിയ ധൈര്യത്തിൽ ബൂട്ടൊന്നുമില്ലാത്ത ഞങ്ങൾ ബൂട്ടുള്ളവരുമായി ചത്തുകളിച്ചു. നമ്മൾ എപ്പോഴും വൻമാർജിനിൽ വമ്പൻപരാജയം ഏറ്റുവാങ്ങാറുള്ള യുവചേതന അങ്കക്കളരിയുമായുള്ള ആദ്യമത്സരത്തിൽ മൂന്ന് ഗോളിന് ഞങ്ങൾ ജയിച്ചുവെന്നത് ഞങ്ങൾക്കാർക്കും വിശ്വസിക്കാൻ കഴിഞ്ഞില്ല. 'നീ മറഡോണയല്ലടാ... സ്പീഡ് ഡോണയാടാ' എന്ന് പറഞ്ഞ് ഞാൻ അവനെ കെട്ടിപ്പിടിക്കാൻ ആഞ്ഞപ്പോൾ അവൻ മാറിക്കളഞ്ഞു. മറഡോണയെ ഇറക്കിയെന്ന പേരിൽ മറ്റുള്ളവർക്കെല്ലാം എന്നോട് ചെറുതല്ലാത്ത ബഹുമാനം തോന്നിയതും അപമാനഭാരങ്ങൾ പേറി നടുവളഞ്ഞുപോയ എന്നെ സന്തോഷിപ്പിച്ചു എന്ന് പറയേണ്ടതില്ലല്ലോ.

അന്ന് നടന്ന മൂന്ന് കളികളും മറഡോണയുടെ ഒറ്റമിടുക്കിൽ ഞങ്ങൾ സെമിയിലേക്ക് ജയിച്ചുകയറി. കമ്യൂണിസ്റ്റുകാരനായ വാഴവളപ്പിൽ കു

ഞ്ഞിരാമേട്ടൻ മരിച്ച വിവരം അറിയിച്ചുകൊണ്ട് ഒരു ജീപ്പ് അതുവഴി കടന്നുപോയി. അനുശോചനാർത്ഥം തുടർന്നുള്ള കളികൾ അടുത്ത ഞായറാഴ്ചയിലേക്ക് മാറ്റിവെച്ചതായി അനൗൺസ്മെന്റ് വന്നു.

നാട്ടിലേക്ക് സൈക്കിളുരുട്ടുമ്പോൾ ആദരവ് കാരണം എനിക്ക് വാക്കുകൾ പുറത്തുവന്നതേയില്ല. മറ്റുള്ളവരും ഏതാണ്ട് ഇതേ അവസ്ഥയിലായിരുന്നു. 'മുക്കാല മുക്കാബല ഓ ലൈലാ...' ഊവിയിടുന്നത് നിർത്തി ഉസ്മാൻ മറഡോണയുടെ കൈപിടിച്ച് കുലുക്കി. "നീ ഞങ്ങടെ മുത്താടാ.. സ്വത്താടാ... ബൊളിവിയൻ കാടുകളിൽ ഇനി വിപ്ലവം പൂക്കുക തന്നെ ചെയ്യും..." അത് പലരും പല രീതിയിൽ ഏറ്റുപിടിച്ചു. മറഡോണ അധികമൊന്നും മിണ്ടാതെ ചിരിച്ചുകൊണ്ടിരുന്നു.

ഫുട്ബോളിൽ നിന്ന് പല കഥകളിലേക്കും കാര്യങ്ങളിലേക്കും ഞങ്ങൾ യാത്രയായി. ഒരു വളവ് കഴിഞ്ഞ് ഒരു ഇറക്കത്തിന് മുന്നിലെത്തിയപ്പോൾ കൊമ്പൻ നിന്നു: "നല്ല ടാറിട്ട മുട്ടൻ റോഡ്.. നമ്മക്കൊന്ന് മത്സരിച്ചാലോ...."

എല്ലാവരും റെഡിയായി.

മറഡോണയ്ക്ക് മാത്രം ഒന്നും മനസ്സിലായില്ല.

ഞങ്ങൾ നിരത്തിൽ നിരയായി നിന്നു.

ട്രൗസറിന്റെ കുടുക്കഴിച്ച് ചുണ്ണി പുറത്തേക്കിട്ട് മൂത്രമൊഴിക്കാൻ തുടങ്ങി.

ഏറ്റവും നീളത്തിൽ മൂത്രമെത്തുന്നവൻ ഒന്നാമനാകും. അതുകണ്ടതും 'ഞാനിപ്പം വരാം' എന്ന് പറഞ്ഞ് മറഡോണ തിരിഞ്ഞുനടന്നു.

എപ്പോഴും പുറത്തുവിടാൻ പരിമിതഅളവ് മാത്രമുണ്ടായതിനാൽ ഞാൻ എപ്പോഴും അവസാനസ്ഥാനത്താകും. ഇവിടെയും അത് തന്നെ സംഭവിച്ചു.

മറഡോണ പറങ്കിമാവിൻ ചോട്ടിൽ കുത്തിയിരിക്കുകയായിരുന്നു. കാര്യം നിർവ്വഹിച്ച് എഴുന്നേറ്റ് തിരിഞ്ഞപ്പോൾ അവൻ കണ്ടത് എന്നെ.

അവന്റെ മുഖം വിളറി.

"എനിക്ക് അത്തരം കളികൾ കാണുമ്പം എന്തോ പോലെയാവും..."

അവൻ പറഞ്ഞൊപ്പിച്ചു.

ഞാൻ മിണ്ടിയില്ല.

മഴയെ തല്ലിയോടിക്കാൻ കാറ്റ് ആഞ്ഞുവീശി.

ഇലകൾ മഴയായി പെയ്തു.

കൊമ്പൻ ആണ് ജേതാവായത്. മറ്റുള്ളവരെയെല്ലാം ബഹുദൂരം പിന്നിലാക്കി കണ്ണിച്ചിറപ്പുഴപോലെ കൊമ്പന്റെ മൂത്രച്ചാൽ നീണ്ടുവളഞ്ഞ് കിടക്കുന്നത് ഞാൻ നോക്കി. വെച്ചത് എടുക്കാൻ മറന്നു പോയത് പോലെ ധിറുതിപ്പെടുന്ന മേഘങ്ങളിലായിരുന്നു മറഡോണയുടെ കണ്ണുകൾ.

പാറക്കെട്ടുകളിൽ ഒഴുക്കുവെള്ളം തലതല്ലിച്ചാവുന്ന കൊല്ലിക്കടുത്ത് വെച്ച് എല്ലാവരും പിരിഞ്ഞു.

നാല് കിലോമീറ്റർ അപ്പുറത്തായുള്ള മുഹമ്മദ് മൗലവി കലാവേദി

ക്കാർ പിരിവെടുത്ത് വാടകയ്ക്ക് ടെലിവിഷൻ വാങ്ങിയിട്ടുണ്ടെന്ന് കൂക്കിരി പറഞ്ഞു. സെമി കാണാൻ പോകാമെന്ന് ഒന്നിച്ചുതീരുമാനമുണ്ടായി.

ഞാനും മറഡോണയും മാത്രമായി.

ഞാൻ സൈക്കിളിൽ കയറി.

"വര്ന്ന്വോ...."

ഞാൻ ചോദിച്ചു.

"പിറകിലിരിക്കാം..."

അവൻ മുഖം താഴ്ത്തി.

"ശരിക്കും പേരെന്താ..."

സൈക്കിൾ പതുക്കെ ചവിട്ടുമ്പോൾ ഞാൻ ചോദിച്ചു:

അവൻ മിണ്ടിയില്ല.

"ഇന്നും തോറ്റ് തൊപ്പിട്ട്ണ്ടാവും അല്ലെടാ കാമറൂണേ..."

പശുവിനെയും തെളിച്ച് എതിരെ കടന്നുപോയ സുരേഷ് എന്ന രണ്ടാംക്ലാസുകാരൻ പരിഹസിച്ചു.

ഞാൻ മിണ്ടിയില്ല.

ഒരു ചീത്ത പ്രതീക്ഷിച്ചുനിന്ന് ചെക്കൻ ഇളിഭ്യനായി. അത് മുതലെടുത്ത് പശു വാലും പൊക്കിപ്പിടിച്ച് പാഞ്ഞു.

"ഇവിടെ നിർത്തൂ..."

പാളത്തിനടുത്തെത്തിയപ്പോൾ അവൻ പറഞ്ഞു.

ഇരുട്ടായിരുന്നു.

ഞാൻ പെഡലിൽ കാലുകൾ മുന്നോട്ട് ചവിട്ടുമ്പോൾ അവൻ പറഞ്ഞു: "അമ്മു...."

ഞാൻ അവളെ നോക്കി.

ഇരുട്ടിൽ അവളുടെ മുഖം അവ്യക്തമായി.

"ആരോടും പറയര്ത്... പേടിച്ചിട്ടാ... പേടിച്ച്ട്ടാ ഇങ്ങനെ..."

അവൾ കരയുന്നുണ്ടോ...

അവൾ പാളം മുറിച്ചുകടന്നു.

ഒരു ഗുഡ്സ് വണ്ടി കുത്തിക്കുത്തിച്ചുമച്ചുകൊണ്ട് കടന്നുപോയി.

ഞാൻ സൈക്കിളിൽത്തന്നെ അങ്ങനെയിരുന്നു.

ഉത്സവത്തിന്റെ തിരക്കുണ്ടായിരുന്നു ക്ലബ്ബിൽ. നാട്ടിൽ ആദ്യമായിട്ടാണ് ടെലിവിഷൻ വരുന്നത്. അതിന്റെ ആശ്ചര്യം. പോരാത്തതിന് ലോകകപ്പും. സൂചിക്ക് കുത്താൻ സ്ഥലമില്ല.

തിരക്ക് മുതലാക്കാൻ മൊട്ടാണി രാമൻ ഓംപ്ലേറ്റ് കച്ചോടത്തിനായി ക്ലബ്ബിനടുത്ത് സ്റ്റൗ കത്തിച്ചു. തൊട്ടടുത്തായി ചട്ടിക്കളിയുമുണ്ടായിരുന്നു. കട്ട മറിഞ്ഞാൽ കാണും പടത്തിനായി ലോകത്തിന് മുന്നിൽ കറക്ട് ഫിറ്റായി നില്ക്കുന്നവർ ചില്ലറയും പിടിച്ചുനിന്നു.

ബ്രസീലിന്റെ കളി ആദ്യം കാണാൻ ഞങ്ങൾ മുന്നിൽ ഇരുന്നു.

അപ്പുറത്തെ സ്റ്റേഡിയത്തിൽ നടക്കുന്ന ഇറ്റലിയും ബൾഗേറിയയും തമ്മിലുള്ള കളി, വലതുവശത്തായുള്ള ചെറിയ ബോക്സിൽ കാണി

ക്കുന്നുണ്ട്.

എന്റെ പ്രാർത്ഥന ദൈവം കേട്ടില്ല.

ബാജിയോക്ക് വയറിളക്കം പിടിച്ചില്ല.

ബാജിയോ കളിക്കുന്നുണ്ട്.

ഞങ്ങൾ കൂക്കി.

ഞങ്ങൾ ചീത്ത വിളിച്ചു.

ഞങ്ങൾ കൈയടിച്ചു.

ഓഫ് സൈഡിൽ സ്ഥിരം പോയി നില്ക്കുന്ന സ്വീഡന്റെ കളിക്കാരന് അവിടെത്തന്നെ പുര പണിതുകൊടുക്കാൻ ആർത്തു.

ആദ്യപകുതിയിൽ ബ്രസീൽ ഗോളടിച്ചില്ല. റൊമാരിയോയും ബെബറ്റോയും ഗോളടിക്കാൻ മറന്നുപോയതു പോലെ തോന്നി.

ദൈവം എന്നോട് കൂടുതൽ ക്രൂരത കാണിച്ചു: ബൾഗേറിയക്കെതിരെ ഇരുപത്തിയൊന്നാം മിനിട്ടിലും ഇരുപത്തിയഞ്ചാം മിനിട്ടിലും ബാജിയോ ഗോളടിച്ചു.

ഇടവേളയിൽ മറഡോണയെക്കുറിച്ചുള്ള പരിപാടി കാണിച്ചു. ലോകം ചുറ്റി വന്ന് അടുത്തിരിക്കുന്ന 'കാലം', കേളുവേട്ടൻ അതിന്റെ മലയാളം എല്ലാവർക്കുമായി പറഞ്ഞുകൊടുത്തു. ഞാൻ മറഡോണയിൽ കണ്ണു കൂർപ്പിച്ചു.

എൺപതാം മിനിട്ടിൽ റൊമാരിയോ ഗോളടിച്ചു.

ബ്രസീൽ കഷ്ടിച്ച് സെമിഫൈനൽ വര കടന്നു.

ഇറ്റലി 2-1-ന് ഫൈനലിലെത്തി.

ബ്രസീലിന്റെ കാര്യം ഇനിയെന്താവുമോ എന്തോ....

നേരം പുലർന്നു വീട്ടിലെത്തുമ്പോൾ ആരുമില്ല. അച്ഛനുണ്ടാവുന്ന പതിവില്ല. അമ്മ എവിടെപ്പോയി...

ചുരുട്ടിവെച്ച പായയുടെ മുകളിൽ ചുരുണ്ടുകിടക്കുന്നുണ്ടായിരുന്ന കണ്ടൻ പൂച്ച എഴുന്നേറ്റ് നിന്ന് ബഹുമാനം പ്രകടിപ്പിച്ച് അടുക്കളയിലേക്ക് കരഞ്ഞു.

എന്തെങ്കിലുമാവട്ട്...

എനിക്ക് ഉറക്കം വരുന്നുണ്ടായിരുന്നു. എന്റെ വയറ് കായുന്നുണ്ടായിരുന്നു. അടുക്കളയിൽ കയറി ചട്ടിയിൽ വെള്ളം പാർന്ന് വെച്ച ചോറിൽ മത്തിയുരുക്കിയതൊഴിച്ച് കുറച്ച് പൂച്ചക്കും കൊടുത്ത് ബാക്കിയുള്ളത് വെട്ടിവിഴുങ്ങി, ഞാൻ പായയിൽ വീണു.

എത്ര നേരം ഉറങ്ങിയെന്നറിയില്ല, എന്തെല്ലാം സ്വപ്നം കണ്ടതെന്നോർമ്മയില്ല.

കുത്തിക്കുത്തിയുള്ള ചുമ കേട്ടാണുണർന്നത്.

അച്ഛനാണ്.

അച്ഛന്റെ കൂടെ വെളുത്ത് തടിച്ചൊരു സ്ത്രീയുമുണ്ട്.

കുണ്ടി ലക്ഷ്യമാക്കി ചില്ല് തുളച്ച് വന്നൂ വെയിൽ.

കവിളിലേക്ക് ഒലിച്ചിറങ്ങിയ ചാറ് തുടച്ച് ഞാൻ കൈകുത്തിയെഴുന്നേറ്റു.

അച്ഛൻ ആദ്യമായി എന്റെ മുഖത്ത് നോക്കി. രണ്ട് വർത്തമാനം പറയാനുള്ള ഒരുക്കത്തിലാണ്. ഞാൻ തല കുനിച്ചു. അച്ഛൻ നാലായി മടക്കിയ ഒരു കടലാസ് എനിക്ക് നീട്ടി. ഞാനത് തുറന്നു: നിന്റെ അമ്മ ഇന്നലെ രാത്രി കൊല്ലത്തുകാരനായ ഒരു ചെത്തുകാരനൊപ്പം ഇറങ്ങിപ്പോയത് നീ അറിഞ്ഞുകാണുമല്ലോ. അയാൾ ഇന്നലെ വൈകുന്നേരം ഇവിടെ വന്ന് എന്നെ പൊതിരെ മർദ്ദിച്ച് അവളെയും കൂട്ടിപ്പോയി. അതുകൊണ്ട് അരിശം മൂത്തും ഇവളോടുള്ള സ്നേഹം മൂത്തും ഞാൻ ഇവളെയും കൂട്ടി ഇങ്ങോട്ട് വന്നു. ഇവളെന്നെ പൊന്ന് പോലെ നോക്കുമെന്ന് എനിക്കുറപ്പുണ്ട്. അതുകൊണ്ട് ഇന്ന് മുതൽ ഞാൻ ഒരു പുതിയ ജീവിതം ആരംഭിക്കുകയാണ്. നീ എന്റെ മകനല്ലെന്ന സത്യം ഇതിനകം നീ അറിഞ്ഞുകാണുമല്ലോ... നിന്റെ അമ്മ പോയതോടെ ഇവിടെ, തുടർന്ന് ജീവിക്കാനുള്ള നിന്റെ അവകാശവും സ്വാതന്ത്ര്യവും നഷ്ടമായിരിക്കുന്നു. അതുകൊണ്ട് ഇന്നു തന്നെ നീ ഇവിടം വിട്ടുപോവേണ്ടതുണ്ട്. നിനക്ക് വേണമെങ്കിൽ നിന്റെ അമ്മയുടെ കൂടെ താമസിക്കാവുന്നതാണ്. അവൾ നിന്റെ അമ്മയാണെന്ന കാര്യത്തിൽ എനിക്ക് യാതൊരു സംശയവുമില്ല. അമ്മയെ തപ്പിത്തരേണ്ട ഉത്തരവാദിത്വവും എനിക്കില്ലെന്ന് ഞാൻ ഇതിനാൽ അറിയിച്ചുകൊള്ളുന്നു.

എന്ന്

ഒപ്പ്....

ഞാൻ കത്ത് ചുരുട്ടി. ധൈര്യത്തിനെന്ന പോലെ അയാൾ സ്ത്രീയുടെ കൈ മുറുകെ പിടിച്ചിരുന്നു. ഞാൻ വായിൽ കെട്ടിനിന്ന കവിൾച്ചാർ അയാളുടെ മുഖത്തിന് തുപ്പി.

എന്ത് ചെയ്യണമെന്നറിയാതെ അയാൾ അന്തംവിട്ടുനിന്നു.

സ്ത്രീ എന്നെ തൂക്കിയെടുത്ത് കളത്തിലേക്കിട്ട് വാതിൽ കൊട്ടിയടച്ചു.

ചായ്പ്പിൽ നിന്ന് പൂച്ച കരഞ്ഞു.

രംഗം കണ്ടുനിന്ന അയൽവാസികൾ തങ്ങളിലേക്ക് മടങ്ങിപ്പോയി.

അങ്ങനെയാണ് ഞാൻ ആർക്കും വേണ്ടാത്തവനായത്. കാമറൂൺ എന്ന് വിളിച്ചാലും ദേഷ്യം വരാത്തവനായത്. ദുരിതം തീമഴയായി പെയ്യുമ്പോൾ നമ്മൾ എല്ലാം മറന്നുപോവുമെന്ന് പഠിച്ചത്.

പത്രമിടലും വൈകുന്നേരങ്ങളിൽ കണ്ടത്തിലെ ഫുട്ബോള് കളിയും പിന്നെയും തുടർന്നു. കിടത്തം പുഴക്കരയിലുള്ള കമ്യൂണിസ്റ്റ് പാർട്ടിയുടെ കൊടിമരത്തറയിലാക്കി. രാത്രി നിശ്ശബ്ദമാവുമ്പോൾ മീനുകൾ കഥ പറയുന്നത് കേട്ടുകൊണ്ട് ഞാൻ അങ്ങനെ കിടക്കും. നക്ഷത്രങ്ങൾ എന്നെ നോക്കിച്ചിരിക്കും. നിലാവ് കത്തിച്ചുവെച്ച് രാത്രി എനിക്ക് കാവലിരിക്കും.

അവൾ ഞങ്ങളുടെയൊപ്പം കളിക്കാൻ വരിക പതിവായി. അവൻ

അവളാണെന്ന് ഞാൻ ആരോടും പറഞ്ഞില്ല. ആരെങ്കിലും കളിക്കിടയിൽ അവളെ ഫൗൾ ചെയ്യാൻ മുതിർന്നാൽ സ്വന്തം ഭാഗക്കാരനായാൽ പോലും ഞാൻ അറിയാതെ ഇടയിൽ കയറും. മറ്റുള്ളവരുടെ പരിഹാസങ്ങൾക്കും ചീത്തവിളികൾക്കും ഞാൻ ചെവി കൊടുത്തില്ല.

എന്റെ പ്രശ്നങ്ങൾ അവൾക്കറിയാമായിരുന്നു.

പക്ഷേ ഒന്നും അവൾ എന്നോട് ചോദിച്ചില്ല.

അവളെക്കുറിച്ച് എനിക്കൊന്നുമറിയുമായിരുന്നില്ല.

ഞാൻ ഒന്നും അവളോട് ചോദിച്ചില്ല.

അവളുടെ കൂടെയുള്ള കളി ഞങ്ങളെ വല്ലാതെ മാറ്റിക്കളഞ്ഞു. നമ്മൾ ഇത്രയും നാൾ കളിച്ചതല്ല ഫുട്ബോളെന്ന് ഞങ്ങൾക്കവൾ മനസ്സിലാക്കിത്തന്നു. സ്വതവേ കളിയറിയാത്ത ഞാൻ പോലും ടീമിൽ ഏറ്റവും നന്നായി കോർണർകിക്കെടുക്കുന്നവനായി മാറി.

എന്റെ കൊടിമരത്തിലെ കിടത്തം കണ്ട് ചായക്കടക്കാരൻ ശേഖരൻ നായർ 'ഉച്ചയ്ക്ക് ചോറ് കൊടുക്കാൻ നിന്നാല് നീ ചായക്കടേല് കെടന്നൊ..' (ഉച്ചഭക്ഷണത്തിനാണ് അവിടെ ഏറെ തിരക്കുള്ളത്) എന്ന് സഹതാപക്കാരനായി. ചായപ്പൈസയ്ക്കുള്ള കാശും തരാടാ എന്നു കൂടി പറഞ്ഞതോടെ ഞാൻ ശേഖരൻനായർക്ക് വിധേയനായി. പക്ഷേ, അയാൾക്ക് പൂർണ്ണവിധേയനാവണമെന്ന് ബോദ്ധ്യമാക്കിയത് ആദ്യദിവസം രാത്രി, ഉറക്കത്തിലേക്ക് ബോധം കെട്ടപ്പോൾ തുടകൾക്കിടയിലേക്ക് പമ്മിപ്പമ്മി വന്ന വിരലുകളാണ്. സ്വീഡനും ബൾഗേറിയയും തമ്മിൽ മൂന്നാം സ്ഥാനത്തിനായുള്ള കളി കഴിഞ്ഞ് വന്ന് കിടന്നതാണ്. ഞെട്ടിയുണർന്ന് നോക്കുമ്പോൾ ഒരു നായയെപ്പോലെ കിതച്ച് കൊണ്ട് ചിമ്മിണിവിളക്കും കത്തിച്ച് ശേഖരൻ നായർ മുന്നിൽ നില്ക്കുന്നു. 'നീയെന്റെ മോനല്ലേടാ...' എന്നും പറഞ്ഞ് അയാൾ തന്റെ കുലച്ചുനില്ക്കുന്ന നഗ്നമായ അരക്കെട്ടിലേക്ക് എന്റെ മുഖം ബലമായി അടുപ്പിച്ചു. ശ്വാസം തൊണ്ടയിൽ ദമ്മ് കെട്ടി, അയാളുടെ കാമബലത്തിൽ നിന്ന് രക്ഷ കിട്ടാൻ കണ്ണുകൾ മുറുക്കെയടച്ച് പല്ലുകൾ കട്ടിങ് പ്ലെയറാക്കി. ഒരു വലിയ നിലവിളിയോടെ അയാൾ പിറകിലേക്ക് മറിഞ്ഞുവീണു. ഞാൻ പുഴയിലേക്ക് ചാടി, മറുകരയിലേക്ക് നീന്തി. അയാൾ പണക്കാരനാണ്. വലിയ ബന്ധങ്ങളുള്ളയാളാണ്. എന്നെ എന്തുവേണമെങ്കിലും ചെയ്യാനുള്ള കെല്പുണ്ടയാൾക്ക്. എല്ലാം എനിക്കറിയാമായിരുന്നു. എന്നാൽ കൂറ്റൻ പാറക്കഷണം പോലെയൊരു ധൈര്യം എന്റെയുള്ളിൽ ആരാലും അനക്കാനാവാതെ നില്ക്കുന്നത് ശേഖരൻനായർക്ക് അറിയില്ലല്ലോ...

പ്രതീക്ഷിച്ചത് പോലെയൊന്നും സംഭവിച്ചില്ല. ശേഖരൻനായർ ആരോടും ഒന്നും പറഞ്ഞില്ലെന്നാണ് തോന്നുന്നത്. "എന്നാലും ശേഖരൻ നായരുടെ മറ്റേയിടത്ത് തേള് കടിച്ചോലും.. തേളിന് കടിക്കാൻ കണ്ട സ്ഥലം, എന്നാലും എങ്ങനാപ്പാ അവിടെ കടിക്കണത്..." തുടങ്ങിയ വർത്തമാനങ്ങൾ പലയിടങ്ങളിൽനിന്നും കേൾക്കുകയുണ്ടായി.

ബ്രസീലും ഇറ്റലിയും തമ്മിലുള്ള ഫൈനൽ നടന്ന ദിവസമാണ്

ഞങ്ങളുടെ സെമിഫൈനൽ നിശ്ചയിക്കപ്പെട്ടത്. അന്ന് തന്നെയാണ് ഫൈനലും. ബ്രസീൽ ലോകകപ്പ് നേടിയതിന്റെ സന്തോഷം ഒടുങ്ങാതെയുണ്ടായിരുന്നു കളിക്കാനിറങ്ങുമ്പോൾ. റൊമാരിയോ മികച്ച കളിക്കാരനുള്ള ഗോൾഡൻ ബോൾ നേടിയത് പോലെ മറഡോണ മികച്ച കളിക്കാരനുള്ള കപ്പുയർത്തുന്നത് ഞാൻ മനസ്സിൽ കണ്ടു.

വൈകുന്നേരമായിരുന്നു മത്സരം. പതിനാല് വയസ്സ് തികയാത്ത ഞങ്ങളും മുപ്പത് വയസ്സ് തികഞ്ഞ, നീളക്കുറവുള്ളത് കൊണ്ട് കളിക്കാൻ യോഗ്യത നേടിയവരുമായ യങ്സ്റ്റാർ മൊട്ടക്കുന്നുമായുള്ള സെമി കാണാൻ കാണികൾ നിറഞ്ഞിരുന്നു. പള്ളത്തുവയലിന്റെ ചരിത്രത്തിൽ ആദ്യമായിട്ടായിരിക്കണം ഇങ്ങനെയാളുകൾ വരുന്നത് എന്ന് ഒരു വയസ്സൻ പറയുന്നത് കേട്ടു. "ഇത് സെമിയല്ല, ഇതാണ് ശരിക്കും ഫൈനല്.." എന്ന് വേറൊരു വൃദ്ധൻ പറയുന്നത് കേട്ട് എനിക്ക് രോമാഞ്ചം വന്നു. ടൂർണമെന്റിൽ തടിമിടുക്ക് കൊണ്ടും കളികൊണ്ടും എല്ലായ്പ്പോഴും ചാമ്പ്യന്മാരാകാറുള്ള ടീമാണ് യങ്സ്റ്റാർ മൊട്ടക്കുന്ന്. ആയൊരു മുൻവിധിയാകാം തുടക്കത്തിൽ പന്ത് കിട്ടാതെ ഭിക്ഷാടകരെപ്പോലെ മൊട്ടക്കുന്നിന്റെ കളിക്കാരുടെ പിറകെ ഞങ്ങൾ ഓടി. മറഡോണയാണെങ്കിൽ എന്തോ ആലോചനയിൽ മുഴുകി, വെറുതെ നില്ക്കുകയോ നടക്കുകയോ ചെയ്തു. 'ഇവളെന്താ ഗ്രൗണ്ട്ന്ന് കവിത വിചാരിക്കുകയാണോ..' എന്നെനിക്ക് ദേഷ്യം വന്നു. അതിനിടയിൽ മൊട്ടക്കുന്ന് രണ്ട് തവണ ഞങ്ങളുടെ വല കുലുക്കുകയും ചെയ്തു.

"ഇനിയിവൻ ഇവന്മാരുടെ കൈയ്യിൽ നിന്ന് കോഴ വാങ്ങിട്ടുണ്ടാവുമോടാ.." ഭാഗ്യത്തിന് കിട്ടിയ ഒരു കോർണർകിക്ക് എടുക്കാൻ നടക്കവെ എന്നോട് ഉസ്മാൻ ചോദിച്ചു. ഞാൻ അവളെ അടുത്തുവിളിച്ചു. "എന്തുണ്ടെങ്കിലും നമ്മക്ക് കളി കഴിഞ്ഞിട്ട് തീർക്കാം... നീ ഇപ്പോ കളീല് ശ്രദ്ധിക്ക്..." ആജ്ഞാഭാവത്തിലാണ് പറയാൻ ആഗ്രഹിച്ചതെങ്കിലും വന്നത് അപേക്ഷാരൂപത്തിലാണ്. അവളെന്നെയൊന്ന് നോക്കി, കോർണർ കിക്ക് പാസ് ചെയ്യാൻ ആംഗ്യം കാട്ടി. ഞാൻ പന്ത് പാസ് ചെയ്തു. പിന്നെയൊന്നും കണ്ടില്ല, മൊട്ടക്കുന്നിന്റെ വലയിൽ പന്ത് വീണു. കെട്ടിപ്പിടിക്കാൻ പാഞ്ഞുവരുന്നവരെ തന്ത്രപൂർവ്വം ഒഴിവാക്കി, ഒരു പടച്ചട്ട പോലെ ഞാൻ അവൾക്ക് മുന്നിൽ നിന്നു. പിന്നെ മൈതാനം ഭരിച്ചത് ഞങ്ങളായിരുന്നു. അവസാനിക്കാറാവുമ്പോൾ മൂന്നേ രണ്ടിന് ഞങ്ങളായിമുന്നിൽ. അതിൽ രണ്ടു ഗോളും അവളുടെ വകയായിരുന്നു. ഒരു ഗോൾ ഉസ്മാൻ ഫ്രീകിക്കിലൂടെ കൊണ്ടുവന്നു. തോല്ക്കുമെന്ന് ഉറപ്പായപ്പോൾ അരിശം മൂത്ത് മൊട്ടക്കുന്നിന്റെ കെമണ്ടൻ ഗോളി മറഡോണയെ തല്ലാൻ പാഞ്ഞടുത്തു. ഞാൻ മുന്നിൽ വന്നുനിന്നു. മറഡോണയുടെ ചെകിട് ലക്ഷ്യമാക്കിയുള്ള അടി, എന്റെ ചെകിടിലേക്ക് ഞാൻ ഏറ്റുവാങ്ങി. അടിയുടെ പൊടിപൂരമായിരുന്നു പിന്നെ. രക്ഷപ്പെടാൻ കണ്ട വഴികളിലൂടെ ഞങ്ങൾ ചിതറിയോടി. അവളെയും വലിച്ച് സൈക്കിളിൽ പാഞ്ഞുകയറവെ മൊട്ടക്കുന്നുകാർ പൊടിക്കാറ്റ് പോലെ ഞങ്ങളുടെ പിറകെ പറന്നുവ

രുന്നത് ഞാൻ കണ്ടു. അവർക്ക് ദേഷ്യം മുഴുവൻ അവളോടായിരിക്കുമെന്നും അവരുടെ കൈയിൽ കിട്ടിയാൽ അവൾ ഉണ്ടാവില്ലെന്നും ഉറപ്പായതിനാൽ ഞാൻ സൈക്കിൾ പറത്തിവിട്ടു.

പാലത്തിനടുത്ത് സൈക്കിൾ നിർത്തി. അവളുടെ കാലിലൂടെ ചോര ഒലിച്ചിറങ്ങുന്നത് ഞാൻ കണ്ടു.

“ഇതെന്താ ഏടെങ്കിലും തട്ടീനോ...”

ഞാൻ സൈക്കിൾ സ്റ്റാന്റിലിട്ട് ഇറങ്ങി.

അവൾ ചിരിച്ചു.

“എന്താ പറ്റ്യത്...”

എവിടെയാണ് മുറിവെന്ന് നോക്കാൻ ഞാൻ കുനിഞ്ഞിരുന്നു.

അവൾ സൈക്കിളിനപ്പുറത്തേക്ക് മാറിനിന്നു.

“ഒന്നുമില്ല...”

എനിക്കൊന്നും മനസ്സിലായില്ല.

“നല്ലോണം വര്ന്ന്ണ്ടല്ലോപ്പാ...”

അവൾ അപ്പോഴും ചിരിക്കുന്നു.

“ഇത് മറ്റതാ..”

“മറ്റതോ.. എന്ത് മറ്റത്...”

“വയസ്സറിയിച്ചാല് ഉണ്ടാവില്ലേ.. അതന്നെ...”

അപ്പോഴും പിടികിട്ടിയില്ലെങ്കിലും ഇനി ചോദിക്കുന്നത് ശരിയല്ലെന്ന് തോന്നിയത് കൊണ്ട് ഞാൻ ഇത്രമാത്രം പറഞ്ഞു.

“ഓ.. അത്.. എന്നാൽ നേരത്തെ പറഞ്ഞൂടേ...”

ഞാൻ സൈക്കിളിൽ കയറി.

പോട്ടെയെന്ന് കണ്ണാൽ പറഞ്ഞപ്പോൾ അവൾ വേഗം അടുത്തുവന്നു: “എന്റൊപ്പം ഉണ്ടാവോ...”

അവൾ സൈക്കിളിന്റെ ഹാൻഡിൽ വെറുതെ തിരിച്ചു.

“നാളെ എന്നെ കാണൂല.. നാളെ മാത്രോംല്ല എനി കാണാനേ കഴ്യൂലാ...”

എനിക്ക് ഒന്നും മനസ്സിലായില്ല.

“അയാളെന്നെ വില്ക്കാൻ പോവ്വാ...”

ഞാൻ ഒന്ന് ഞെട്ടി.

“ആര്...?”

“അച്ഛൻ...”

അവൾ തീർത്തും നിസ്സംഗയായി.

“ഓർമ്മവച്ചപ്പൊ തൊട്ട് ആ വൃത്തികെട്ടവൻ ദ്രോഹിക്കാൻ തൊടങ്ങ്യതാ... ചെയ്യാത്തതൊന്നൂല്ല... ഒന്നും...”

അവളുടെ കണ്ണുകൾ നിറഞ്ഞു.

“സമ്മതിക്കാണ്ടിരുന്നാ കത്തി പഴുപ്പിച്ച് പൊറത്ത് വെക്കും. നെലവിളിക്കാണ്ടിരിക്കാൻ തുണി വായില് കേറ്റും...”

എനിക്ക് ഒന്നും മിണ്ടാൻ കഴിഞ്ഞില്ല.

“ഇപ്പൊ പൈസക്ക് മുട്ടുവന്നു.. മംഗലാപുരത്തെ ഒരു ഹോട്ടലുകാര് അഡ്വാൻസ് കൊട്ത്ത്... നാളെ പൊലർച്ചക്ക് അവര് വരും... അവസാനായിറ്റ് എന്നെ വേണം ഇന്ന് അയാക്ക്.... അയിന് കാത്തിരിക്ക്യാ...”

അവൾ കാർക്കിച്ച് തുപ്പി.

“ഞാൻ ആണ്ങ്ങളെപ്പോലെ നടക്ക്ന്നത് പേടിച്ചിറ്റാ... എനക്ക് എല്ലാ ആണ്ങ്ങളേം പേട്യാ...”

അവൾ കണ്ണ് തുടച്ചു.

മഴ പെയ്യാൻ തുടങ്ങി. അവളുടെ കരച്ചിൽ മഴയിൽ അലിഞ്ഞു.

“നീ കേറ്...”

അവൾ സൈക്കിളിന്റെ മുന്നിലിരുന്നു.

മഴ സൈക്കിളിന്റെ പിറകിലിരുന്നു.

“ഫോക്‌ലാന്റിൽ അർജന്റീനക്കാരെ ബ്രിട്ടീഷ് പട്ടാളം കൊന്നൊടുക്കിയതിന് കൈ കൊണ്ട് ഗോളടിച്ച് പ്രതികാരം തീർത്ത മനുഷ്യനാ മറഡോണ...”

ഒരു വളവ് തിരിഞ്ഞ് സൈക്കിൾ മുന്നോട്ട് കുതിച്ചു.

“മറഡോണയുടെ ശരീരത്തിൽ പച്ചകുത്തിക്കിടക്കുന്നത് ആര്ടെ ചിത്രാന്നറിയ്യോ... മ്മടെ ചെ ഗുവേരയുടെ...”

ഞാൻ അവളുടെ ചെവിയിൽ പറഞ്ഞു.

മഴയിൽ കുതിർന്ന് കിടക്കുന്ന അവളുടെ ചെറിയവീട്. അയാൾ കസേരയിൽ കൂനിക്കൂടിയിരുന്ന് ബീഡി വലിക്കുകയായിരുന്നു. ഞാൻ സൈക്കിൾ മഴ കൊള്ളാത്തിടത്തേക്ക് മാറ്റിനിർത്തി. അവൾ അകത്തേക്ക് കയറി. അവളുടെ നനഞ്ഞ ഉടലിൽ നിന്ന് ചോര താഴേക്ക് പടരുന്നുണ്ടായിരുന്നു. അയാൾ എന്നെത്തന്നെ നോക്കി. എന്നെ തീർക്കാനുള്ള ദേഷ്യം അയാളുടെ കണ്ണുകളിൽ കത്തിനില്ക്കുന്നത് ഞാൻ കണ്ടു. പൊടുന്നനെ ഞാൻ പോലും പ്രതീക്ഷിക്കുന്നതിന് മുമ്പ് അരവുകല്ലിനടുത്തായി ചാരിവെച്ചിരുന്ന ചിരവയെടുത്ത് അവൾ അയാളുടെ തലക്കടിച്ചു. അയാൾ കസേരയിൽ നിന്ന് മറിഞ്ഞുകെട്ടിവീണു. ഒന്ന് നിലവിളിക്കുന്നതിന് മുമ്പ് അവൾ കാലുകൾ കൊണ്ട് തിരിഞ്ഞുംമറിഞ്ഞും അയാളെ ആഞ്ഞുചവുട്ടി. അവളിൽ നിന്ന് രക്തം അയാളുടെ ഉടലിലേക്ക് പടർന്നു. നേർത്ത ഞരക്കത്തോടെ പിറന്നുവീണ കുഞ്ഞിനെപ്പോലെ അയാൾ അവളുടെ രക്തത്തിലേക്ക് ചുരുണ്ടുകിടന്നു.

മഴ നിലച്ചു. നനഞ്ഞ വസ്ത്രങ്ങൾ മാറ്റി, അവൾ ശരീരം വൃത്തിയാക്കി. പ്ലാസ്റ്റിക് സഞ്ചിയിൽ നിന്ന് അലക്കിവെച്ച ചുരിദാർ എടുത്തണിഞ്ഞു.

“പോവാം...”

അവൾ പറഞ്ഞു.

ഞാൻ തലയാട്ടി.

അവൾ സൈക്കിളിൽ കയറി.

ഞാൻ പിൻസീറ്റിലിരുന്നു.

കറുകറുത്ത ഇരുട്ടിനെ സൈക്കിളിന്റെ വെളിച്ചം കീറിമുറിച്ചു.

1986 ലെ ലോകകപ്പിൽ മെക്സിക്കോയിലെ ആസ്റ്റക് സ്റ്റേഡിയത്തിലെ പച്ചപ്പുൽമൈതാനിയിൽ അമ്പത്തിയഞ്ചാം മിനുട്ടിൽ ഇംഗ്ലണ്ടിലെ ആറ് കളിക്കാരെ വെട്ടിച്ച് പന്ത് വലയിലാക്കിയ മറഡോണ ഓർമ്മയിൽ വന്നു.

"മണ്ടേല..."

അവൾ കാറ്റിന്റെ ഒച്ചയിൽ വിളിച്ചു...

"ദീഗോ അർമാൻഡോ മറഡോണ...."

എങ്ങും വെളിച്ചം മാത്രമായി.

തേങ്ങ

'ത്യാഗത്തിന്റെയും അഭിമാനത്തിന്റെയും സന്ദേശങ്ങളുമായി വീണ്ടും ഒരു സ്വാതന്ത്ര്യപ്പുലരി.. ഏവർക്കും സ്വാതന്ത്ര്യദിനാശംസകൾ..' എന്നെഴുതിയ ബാനർ മതിലിന്റെ കവാടത്തിന് മുന്നിൽ കെട്ടുകയായിരുന്നു മദ്ധ്യവയസ്കനും ചെറുപ്പക്കാരനും. അതൊരു വൈകുന്നേരമായിരുന്നു. വെള്ളം കുടിക്കാൻ വെയിൽ കുന്ന് കയറി പോയത് കാരണം കട്ടി കുറഞ്ഞ ഒരു ഇരുട്ട് അവിടമാകെ പടർന്നിരുന്നു. ചെറുപ്പക്കാരൻ തലയും വാലുമില്ലാതെ എന്തൊക്കെയോ പറയുന്നുണ്ടായിരുന്നു. മദ്ധ്യവയസ്കൻ ഒന്നും മിണ്ടിയതേയില്ല. മറ്റേതോ ലോകത്തായിരുന്നു അയാൾ. മദ്ധ്യവയ്സകന്റെ ദീർഘമൗനം മനസ്സിലാക്കിയ ചെറുപ്പക്കാരൻ എന്ത് പറ്റി ചേട്ടാ.. എന്ന് ചോദിച്ചു. അവനെ സ്നേഹത്തോടെയൊന്ന് നോക്കി, അയാൾ ഒന്നുമില്ലെന്ന് തലയാട്ടി. എന്തോ ഉണ്ടെന്ന് ചെറുപ്പക്കാരൻ നിർബ്ബന്ധിച്ചപ്പോൾ മദ്ധ്യവയസ്കൻ ഓർമ്മയിൽ തിളച്ചുകൊണ്ടിരുന്ന ഒരു സംഭവം പറഞ്ഞു.

"വർഷങ്ങൾക്ക് മുമ്പ് ഇതേപോലൊരു സ്വാതന്ത്ര്യദിനത്തലേന്ന്. ഒരു ഉൾനാട്ടിലെ ഒരേയൊരു എൽ പി സ്കൂളിലെ മൂന്നാം ക്ലാസിൽ മലയാളത്തിന്റെ ടീച്ചർ കേരളപാഠാവലി പഠിപ്പിച്ചുകൊണ്ടിരിക്കുകയാണ്. കേരവൃക്ഷങ്ങൾ തിങ്ങിനിറഞ്ഞ നാടായത് കൊണ്ടാണ് കേരളത്തിന് കേരളമെന്ന് പേര് വന്നതെന്ന് ക്ലാസ് ടീച്ചർ ഉച്ചത്തിൽ പറഞ്ഞു, നാട്ടുകാർ ചെവിപൊത്തുന്ന ഒച്ചയിൽ കുട്ടികൾ ഏറ്റുപറഞ്ഞു. അവസാനത്തെ പീരീഡായിരുന്നു. അതിന്റെ ആവേശം അവരുടെ ചലനങ്ങളിൽ പ്രകടമായിരുന്നു. അപ്പോഴാണ് നോട്ടീസും കൊണ്ടും പ്യൂൺ വന്നത്. വടി കൊണ്ട് മേശപ്പുറത്ത് രണ്ട് കൊട്ട് കൊട്ടി ടീച്ചർ നോട്ടീസ് വായിച്ചു.

'സ്വാതന്ത്ര്യദിനമായ നാളെ എല്ലാ കുട്ടികൾക്കും അരിപ്പായസം നല്കാൻ തീരുമാനിച്ചിരിക്കുന്നു. ആയതുകൊണ്ട് മൂന്നാം തരത്തിലെയും നാലാം തരത്തിലെയും കുട്ടികൾ രണ്ട് തേങ്ങ നാളെ കൊണ്ടുവരേണ്ടതാണ്. അല്ലാത്തവരെ ക്ലാസിൽ കയറ്റുന്നതല്ല.'

എന്ന്

ഹെഡ്മാസ്റ്റർ.

ടീച്ചർ നോട്ടീസ് വായിക്കുമ്പോൾ സൂചി വീണാൽ കേൾക്കാവുന്ന നിശ്ശബ്ദത തിരിച്ചുവരികയും വായിച്ച് കഴിഞ്ഞപ്പോൾ തേങ്ങയെ കുറിച്ചുള്ള ചർച്ചകളിൽ ക്ലാസ് കലപിലയാവുകയുമുണ്ടായി.

-വല്ല്യതേങ്ങ വേണോ ടീച്ചറേ.. ചെറ്യതേങ്ങ വേണോ...

ഒരു കുട്ടി ടീച്ചറോട് ചോദിച്ചു.

-തേങ്ങയായാൽ മതി.

ടീച്ചർ പറഞ്ഞു.

-കൊട്ടത്തേങ്ങയായല് കൊയപ്പംണ്ടോ ടീച്ചറേ...

ഒരു കുട്ടി ടീച്ചറോട് ചോദിച്ചു.

-എന്ത് തേങ്ങയായാലും വെളഞ്ഞ തേങ്ങയായല് മതി...

ടീച്ചർ പറഞ്ഞു.

-തേങ്ങ കാണ്മ്പം ബെളഞ്ഞ തേങ്ങാന്ന് എങ്ങന്യാ അറ്യല് ടീച്ചറേ...

ഒരു കുട്ടി ടീച്ചറോട് ചോദിച്ചു.

-കുലുക്കിനോക്ക്യാ മതീടാ മണ്ടാ... അകത്ത്ന്ന് വെള്ളത്തിന്റെ ഒച്ച കേട്ടാല് അത് ബെളഞ്ഞിറ്റ്ണ്ടാവും...

വേറൊരു കുട്ടി ആ കുട്ടിയോട് പറഞ്ഞു. മറ്റ് കുട്ടികൾ അത് കേട്ട് ചിരിക്കവെ ബെല്ലടിച്ചു. ക്ലാസിലെ കുട്ടികൾ എഴുന്നേറ്റ് നിന്ന് ജനഗണമന പാടാൻ തുടങ്ങി.

ബെല്ലടിച്ചതും കൂട് തുറന്നുവിട്ട പക്ഷികളെപ്പോലെ കുട്ടികൾ ചിതറിയോടി. നാലരയുടെ ബസ് പിടിച്ച് തങ്ങളുടെ ഗൃഹങ്ങളിലെത്താൻ ടീച്ചർമാരും ഹെഡ്മാഷും കുട്ടികളേക്കാൾ ധിറുതിപിടിച്ചു. മൂന്നാംതരത്തിലെ ഒരു കുട്ടി മാത്രം ഏറ്റവും അവസാനമാണ് സ്കൂളിൽ നിന്നിറങ്ങിയത്. 3.55 വരെ അവനും മറ്റ് കുട്ടികളെ പോലെ പഠിപ്പിലും കളിയിലും മുങ്ങാംകുഴിയിട്ടിരുന്നു. കേരവൃക്ഷങ്ങളാൽ പച്ച പിടിച്ചുനില്ക്കുന്ന കേരളത്തെ മനസ്സിൽ സങ്കല്പിക്കവെ ടീച്ചർ വായിച്ച നോട്ടീസ് എല്ലാം മായ്ച്ചുകളഞ്ഞു.

രണ്ട് തേങ്ങ..!!

കുന്നിൻപുറത്ത് രാഷ്ട്രീയക്കാരനായ മുതലാളി, മണ്ണെടുത്ത് മണ്ണെടുത്ത് ഉണ്ടായ ഒരു തട്ടിൽ നാല് തകരഷീറ്റുകൾ വലിച്ചുകെട്ടിയുണ്ടാക്കിയതാണ് അവന്റെ വീട്. അവനും അമ്മയും ഒരു പട്ടിയും ഒരു പൂ

ച്ചയും. ഈ വർഷം അവസാനം വരാൻ പോകുന്ന നാലുവരിപ്പാത അവനെയും അമ്മയെയും പെരുവഴിയിലാക്കും. സ്വന്തം സ്ഥലമല്ലാത്തത് കൊണ്ട് നഷ്ടപരിഹാരവും കിട്ടില്ല. ക്വാറിയിൽ കല്ല് പൊളിക്കലായിരുന്നു അമ്മയ്ക്ക് പണി. വെടി പൊട്ടിക്കവെ ഒരു കരിങ്കൽച്ചീള് തലയ്ക്ക് കൊണ്ട് അമ്മയുടെ മനസ്സിന്റെ നില തെറ്റി. പിന്നെയവർ ക്വാറിയിലേക്ക് പോയില്ല. എപ്പോഴും എന്തെങ്കിലും പിറുപിറുത്ത് അടുപ്പിൻതിണ്ണയിൽ കൂനിക്കൂടിയിരിക്കും. ആരെങ്കിലും മരിച്ചാൽ മാത്രം പുറത്തിറങ്ങും. മരിച്ച ഹിന്ദുവീടുകളിലെ വസ്ത്രങ്ങൾ മൂന്ന് ദിവസത്തെ ചടങ്ങുകൾ തീരും വരെ അലക്കിക്കൊടുക്കുന്നത് അവന്റെ ജാതിയിൽ പെട്ടവരായിരുന്നു. അങ്ങനെ കിട്ടുന്ന ചെറിയ കാശ് കൊണ്ടാണ് അവർ മുന്നോട്ട് പോകുന്നത്. കഴിഞ്ഞ രണ്ട് മാസമായി മരണം അവരുടെ നാട്ടിലേക്ക് വന്നിട്ടില്ല.

അതുകൊണ്ട് രണ്ട് തേങ്ങ കിട്ടാൻ ഒരു സാദ്ധ്യതയുമില്ല. അങ്ങനെവന്നാൽ ക്ലാസിൽ നിന്ന് പുറത്താക്കപ്പെടും, സ്കൂളിൽ പോകാത്തൊരവസ്ഥ അവന് ആലോചിക്കാനേ കഴിയില്ല. ഉച്ചക്ക് കിട്ടുന്ന കഞ്ഞി മാത്രമല്ല, അവൻ ഉള്ളിൽ കൊണ്ടുനടക്കുന്ന വലിയൊരാഗ്രഹമുണ്ട്- പഠിച്ചൊരു പൊലീസാവുക.

നാളെ എല്ലാം തകിടം മറിയാൻ പോകുകയാണ്...

വീട്ടിപ്പോടാ.. എന്നും പറഞ്ഞ് പ്യൂൺ ജനലിന്റെ വാതിൽ കൊട്ടിയടച്ചു.

കമ്പിയുരുളും ഉരുട്ടി നടക്കവെ, ഒന്നാനാം കൊച്ചുതുമ്പി അവനെ ആശ്വസിപ്പിക്കാൻ അവന്റെ തോളിൽ കയറിയിരുന്നു. അവന്റെ തുള്ളിത്തുള്ളിയുള്ള നടത്തത്തിൽ നിയന്ത്രണം കിട്ടാതെ തുമ്പി നാർച്ചിക്കാടിന്റെ ചുവന്ന പൂവിനോട് വിപ്ലവം വരേണ്ട സമയമായെന്ന് സ്വകാര്യം പറഞ്ഞു.

വഴിവക്കിലെ കർത്തമ്പുവിന്റെ പീടികയിൽ ഉരുള് നിർത്തി, തിരക്കൊഴിയുംവരെ അവൻ കാത്തുനിന്നു.

-എന്താണ്ടാ...

ദാരിദ്ര്യം പിടിച്ചവനോട് ഒരു കച്ചവടക്കാരന് തോന്നാറുള്ള പുച്ഛവും വെറുപ്പും കർത്തമ്പുവിന്റെ വാക്കുകളിൽ.

-രണ്ട് തേങ്ങക്കെത്ര്യാ...

നിവർത്തിവെച്ച തുണിച്ചാക്കിൽ ചകിരിയുപേക്ഷിച്ച് കിടക്കുന്ന തേങ്ങകളെ നോക്കി അവൻ ചോദിച്ചു.

-അഞ്ച് ഉർപ്യ..

അവൻ തേങ്ങ വാങ്ങാനാണ് വന്നതെന്ന വിചാരത്താൽ തേങ്ങകൾക്കിടയിൽ നിന്ന് ഏറ്റവും ചെറിയ രണ്ടെണ്ണം കുനിഞ്ഞെടുക്കവെ കർത്തമ്പു പറഞ്ഞു. അയാൾ നിവരുമ്പോഴേക്കും അവൻ നടന്നുനീങ്ങിയിരുന്നു.

–ജീർണ്ണം കെട്ടത്...

തേങ്ങകൾ ചാക്കിലിട്ട് കർത്തമ്പു വെറുപ്പ് പുറത്തേക്ക് തുപ്പി.

ക്ലബ്ബിന് മുന്നിൽ കുട്ടികൾ കബഡി കളിക്കുന്നുണ്ടായിരുന്നു. അവരുടെ സ്കൂൾബാഗുകൾ കൊടിമരത്തിന് കീഴിൽ കിടന്ന് നുണ പറയുന്നുണ്ടായിരുന്നു. അവൻ അങ്ങോട്ടേക്ക് നോക്കിയില്ല. എന്തടാ കളിക്ക്ന്നാ... എന്ന കുട്ടികളുടെ ചോദ്യത്തിന് അവൻ ശ്രദ്ധ കൊടുത്തില്ല.

–ഓന്റമ്മേനെ പോലെ ഓനും വട്ടായിപ്പോയെന്ന് തോന്നുന്നു...

മുതിർന്നൊരു കുട്ടി ഒച്ചത്തിൽ പറഞ്ഞു. മറ്റ് കുട്ടികൾ ചിരിച്ചു. ചിരിയിൽ ശ്രദ്ധ തെറ്റി നിന്ന റെയ്ഡറിന്റെ തുടയിൽ ക്യാച്ചർ മുറുക്കെപ്പിടിച്ചു.

സ്വാതന്ത്ര്യദിനത്തിൽ വൈകുന്നേരം കവലയിൽ നടക്കുന്ന പൊതുയോഗത്തിൽ എം എൽ എ വന്ന് പ്രസംഗിക്കുന്ന കാര്യം വിളിച്ചുപറഞ്ഞുകൊണ്ട് ഒരു ജീപ്പ് നഗരത്തിലേക്ക് പൊടി പറത്തി.

വീടിന്റെ ഉമ്മറത്തെത്തിയപ്പോൾ നായ അടുത്തുവന്ന് വാല് കൊണ്ട് ഹലോ പറഞ്ഞു.

പൂച്ച വാതിൽപ്പടിയിൽ എഴുന്നേറ്റുനിന്ന് സ്വാഗതം ചെയ്തു.

സാധാരണ അവയെ കാണുമ്പോൾ അവനിൽ ഒരു സന്തോഷം ഉണരേണ്ടതാണ്. അവയ്ക്കൊപ്പം കുറച്ച് നേരം കളിക്കുകയും പതിവാണ്.

ഇന്നവന് ഒരു ഉഷാറും തോന്നിയില്ല. ഉരുളൊരു മൂലയിൽ വെച്ച് അവൻ അകത്തുകയറി. അവന്റെ ഭാവമാറ്റം കണ്ട് നായയും പൂച്ചകളും ഗ്ലാനരായി.

അമ്മ അടുപ്പിൽ കൂനിക്കൂടിയിരുന്ന് ചക്കക്കുരു ചുട്ടുതിന്നുകയായിരുന്നു. പാനിയിൽ നിന്ന് രണ്ട് ഗ്ലാസ് പച്ചവെള്ളമെടുത്ത് കുടിച്ച് വയർ നിറച്ചു.

കുന്നിനപ്പുറത്തുള്ള അമ്പലത്തിൽ നിന്ന് ദൈവത്തെ വിളിച്ചുകൊണ്ടുള്ള പാട്ട് കേട്ടുതുടങ്ങി. അത് അവനിഷ്ടപ്പെട്ട ദൈവത്തെക്കുറിച്ചുള്ള പാട്ടായിരുന്നു. ദൈവമേ... തേങ്ങ ഏട്ന്നെങ്കിലും കിട്ടണേ.. – അവൻ മനസ്സിൽ തൊഴുതു. 'ദൈവത്തിന് ആനേനെ കൊടുക്കുന്നോരുണ്ട്, ദൈവത്തിന് സ്വർണ്ണം കൊടുക്കുന്നോര്ണ്ട്. എപ്പോഴെങ്കിലും ദൈവത്തിന് നീ എന്തെങ്കിലും കൊടുത്തിട്ടുണ്ടോ.. ഇല്ല... അപ്പോ ഒന്നും കൊടുക്കാത്ത നിനക്ക് തേങ്ങ കൊണ്ടുത്തരലല്ലേ ദൈവത്തിന് പണി...' –അവനുള്ളിലെ അവൻ പുച്ഛിച്ചു.

ബാഗ് തലയിണയാക്കി അവൻ വെറും നിലത്ത് കമിഴ്ന്ന് കിടന്നു.

രണ്ട് തേങ്ങകൾ ഇരുട്ടത്ത് നിന്ന് അവനെ നോക്കി കണ്ണുരുട്ടി. അവന് സങ്കടം വന്നു. അവന്റെ കണ്ണുകൾ നിറഞ്ഞു.

വയറ് കായാൻ തുടങ്ങിയപ്പോഴാണ് കണ്ണ് തുറന്നത്. അമ്മ ഉറങ്ങി

യിരുന്നു, കൂർക്കംവലി ഒരു സരിഗമ പാടി.

നിലാവിൽ കുളിച്ച് നില്ക്കുന്ന രാത്രി.

എല്ലാം നിശ്ശബ്ദമാണ്. ഒരില പോലും അനങ്ങുന്നില്ല.

നായ പുറത്ത് നല്ല ഉറക്കത്തിലാണ്.

എലികളുടെ ശല്യമുണ്ടാവരുതേയെന്ന് പ്രാർത്ഥിച്ച് പൂച്ചകൾ നേരത്തേ കിടന്നു.

എന്തോ കുറുകുന്നത് അവൻ കേട്ടു.

അവൻ ചെവി വട്ടം പിടിച്ചു.

കുറുകലിന്റെ കനം കൂടി വന്നു.

പുരയ്ക്ക് പിറകിൽ ഇടതുവശത്തായി ഏകാകിയായി നില്ക്കുന്ന ഒരു വലിയ പറങ്കിമാവുണ്ട്, അവിടുന്നാണ്.

അവന് ആളെ പിടികിട്ടി.

കുന്നിനപ്പുറത്തെ രാമൻ മണിയാണിയുടെ വീട്ടിലെ പൂവൻ കോഴിയാണ്. മിക്കപ്പോഴും പറങ്കിമാവാണ് പൂവന്റെ കിടപ്പറ. രാമൻ മണിയാണിയുടെ കോഴിക്കൂട് വലുതാണെങ്കിലും കൂട്ടിന് കിടക്കാൻ ധാരാളം പിടകളുണ്ടെങ്കിലും സ്വാതന്ത്ര്യത്തിന്റെ വിശാലമായ ആകാശം കാണാൻ കഴിയുന്നതിനാൽ പൂവന് പ്രിയം പറങ്കിമാവിനോടാണ്. ഇന്നും അതുതന്നെ സംഭവിച്ചിരിക്കുന്നു.

രാമൻ മണിയാണി പൊട്ടൻ തെയ്യത്തിന് വെച്ചതാണ് പൂവനെ. പശു കണ്ടത്തിൽ വഴുതി വീണ് നടക്കാൻ കഴിയാതെയായപ്പോൾ കാല് ശരിയായാൽ പൂവനെ നാദക്കോട്ടമ്പലത്തിലെ പൊട്ടൻ തെയ്യത്തിന് കൊടുക്കാമെന്ന് രാമൻ മണിയാണി നേർന്നു. കാല് നേരെയായി, പശു പൂർവ്വാധികം ഉഷാറോടെ നടക്കാൻ തുടങ്ങിയപ്പോൾ അയാൾ പൊട്ടനെ വിളിച്ച് നന്ദി പറഞ്ഞു, ഇടവത്തിലെ തെയ്യം കെട്ടിന് പൂവനെയും കൊണ്ട് താൻ വരുമെന്ന് പത്ത് വട്ടം ഏത്തമിട്ടു. പൊട്ടൻതെയ്യത്തിന്റെ കോഴിയായത് കൊണ്ട് രാമൻ മണിയാണി പൂവന് പ്രത്യേക പരിഗണന നല്കിയിരുന്നു.

അടുത്തനിമിഷം അവന്റെ ബൾബ് കത്തി. കാർഡ്ബോർഡ് കൊണ്ടുണ്ടാക്കിയ വാതിൽ എടുത്തുമാറ്റി അവൻ പുറത്തിറങ്ങി. അവന്റെ അപ്രതീക്ഷിതമായ വരവ് കണ്ട് കാലുകൾ നീട്ടിവെച്ചൊന്ന് നടുനിവർത്തി, ഉറക്കം കളഞ്ഞ് നായ അടുത്തുവന്നു. പാതിരാത്രിയിൽ അവൻ കുന്നുകയറുന്നത് കണ്ട് ഒന്നമ്പരന്നെങ്കിലും നായ അവന് പിറകെ വെച്ചുപിടിച്ചു.

നിലാവിൽ കുളിച്ചുകിടക്കുന്ന പറങ്കിമാവ് ഉടൽ മണ്ണിൽ കുഴിച്ചിട്ട ഒരു വൃദ്ധന്റെ മുഖമായി. പറങ്കിമാവിന്റെ ഉച്ചിയിലെ വലത്തേകൊമ്പിൽ പൂവൻ ചിറകുകൾ പുതച്ച് ഇരിക്കുന്നത് അവൻ കണ്ടു. മരം കയറാനത്ര വശമില്ലെങ്കിലും ക്ലാസിൽ കയറണമെന്ന ഒറ്റലക്ഷ്യത്തിൽ അവ

ന്റെ കൈയും കാലും പറങ്കിമാവിന്റെ തടിയിൽ അള്ളിപ്പിടിച്ചു.

കോഴി നിലാവിന്റെ ഉന്മാദത്തിലായിരുന്നു. .

അതിന്റെ കണ്ണുകളടഞ്ഞിരുന്നു.

അവൻ കയ്യെത്തിപ്പിടിക്കുമ്പോഴും അത് കണ്ണുകൾ തുറന്നില്ല. അത് പതുക്കെ കരയുകമാത്രം ചെയ്തു.

പൂവനെയും കൊണ്ട് വീട്ടിലേക്ക് തിരിച്ചുനടക്കുമ്പോൾ കുട്ടിയുടെ കണ്ണുകൾ നിറഞ്ഞിരുന്നു.

അവനാദ്യമായിട്ടായിരുന്നു അറിഞ്ഞുകൊണ്ട് ഒരു തെറ്റ് ചെയ്യുന്നത്.

എനിക്ക് വേറേ വഴിയില്ലല്ലോ...

അവന്റെ സങ്കടം കണ്ട് പൂവൻ നിശ്ശബ്ദനായി.

അന്ന് രാത്രി അവന് ഉറക്കം കിട്ടിയില്ല.

കോഴിക്കും ഉറക്കം കിട്ടിയില്ല.

വിശപ്പും ക്ഷീണവും കണ്ണുകളെയടപ്പിച്ചപ്പോൾ പൊട്ടൻതെയ്യം വന്ന് പൂവനെയും കൊണ്ട് പുറത്തേക്കോടി.

ഞെട്ടിയുണരുമ്പോൾ പൂവൻ കൊക്കരിക്കുന്നുണ്ടായിരുന്നു. ഒച്ച കേട്ട് ആളുകൾ വരുമോയെന്ന ഭയത്താൽ അവൻ അതിന്റെ കൊക്കുകൾ കൂട്ടിപ്പിടിച്ചു.

വെളിച്ചം പടരുംമുമ്പ് അതിരാവിലെ കോഴിയെയും കൊണ്ട് അവൻ കർത്തമ്പുവിന്റെ ചായപീടികയിലേക്ക് പോയി. അയാൾ അടുപ്പിൽ വെള്ളം വെച്ചതേയുണ്ടായിരുന്നുള്ളൂ.

-രണ്ട് തേങ്ങ തര്വോ...

കോഴിയെ അയാൾക്ക് നേരെ ഉയർത്തിപ്പിടിച്ച് അവൻ ചോദിച്ചു.

കർത്തമ്പുവിന്റെ ഉറക്കം തൂങ്ങിക്കിടക്കുന്ന കണ്ണുകൾ പുറത്തേക്ക് വിടർന്നു.

അയാൾ കോഴിയുടെ ചിറകിന് രണ്ട് തട്ടുകൊടുത്തു.

-ഏട്ന്നൊന്നും കട്ടോണ്ട് വന്നതൊന്നുല്ലല്ലോ...?

കോഴിയെ പിടിച്ചുവാങ്ങുന്നതിനിടയിൽ അയാൾ ചോദിച്ചു.

ഉള്ളിലൂർന്ന ഭയം അടക്കിപ്പിടിച്ച്അവൻ നിഷേധാർത്ഥത്തിൽ തലയാട്ടി.

കോഴിയുടെ കാലിൽ ഒരു ചരട് കൊണ്ട് കെട്ടി, മറ്റേയറ്റം കുഞ്ഞമ്പു മേശക്കാലിന് കെട്ടി. കെട്ടിൽ നിന്ന് പൂവൻ മുന്നോട്ടേക്ക് കാലുകൾ വെച്ചു. കയറിൽ മറ്റേ കാൽ പിണഞ്ഞ് അത് നിലത്ത് വീണു.

തുണിച്ചാക്കിൽ നിന്ന് ഏറ്റവും ചെറിയ രണ്ട് തേങ്ങയെടുത്ത് അയാൾ കുട്ടിയുടെ കൈയിൽ വെച്ചുകൊടുത്തു. തേങ്ങകളുടെ വലുപ്പം അവനിൽ അസ്വസ്ഥതയുണ്ടാക്കി.

പെട്ടെന്ന് ബട്ടൺ പൊട്ടിയ ട്രൗസർ ഭൂമി തൊടാൻ ധിറുതി കാട്ടി. ലജ്ജയോടെ അവൻ വേഗം ട്രൗസർ വലിച്ചുകയറ്റി.

-ആയല്ലോ.. ശരിക്കും എനിക്ക് നഷ്ടാ... ഇതിന് കോഴിവസന്ത പിടിച്ചിട്ട്ണ്ടെന്ന് തോന്ന്ന്ന്...

വലിയൊരു ത്യാഗം ചെയ്ത ഭാവം കർത്തമ്പുവിൽ.

ഒന്നും മിണ്ടാതെ അവൻ തിരിഞ്ഞുനടക്കുന്നത് നോക്കി അയാൾ തന്നോട് തന്നെ പറഞ്ഞു

-പൊട്ടൻ.. ഇന്നെന്തായാലും നല്ല ദെവസാ...

അമ്മ രാവിലെത്തന്നെ കിഴക്കോട്ടേക്ക് ഇറങ്ങിയിരുന്നു. അവിടെ ആരോ മരിച്ചിട്ടുണ്ട്.

കുപ്പായം ഉണങ്ങിയിട്ടില്ല. അടുപ്പിന്റെ പുകയിലേക്ക് അവൻ കുപ്പായം കുറച്ചുനേരം നീട്ടിപ്പിടിച്ചു. ഇട്ടപ്പോൾ പാതിനനവാൽ കുപ്പായം ശരീരത്തിൽ ഒട്ടിപ്പിടിച്ചു.

ഇറങ്ങുമ്പോൾ അവൻ തെല്ലിട പറങ്കിമാവിലേക്ക് നോക്കിനിന്നു. എത്രവലിയ മരത്തിന്മേലാണ് താൻ ഇന്നലെ കയറിയതെന്ന് അവന് ആശ്ചര്യം തോന്നി.

കർത്തമ്പുവിന്റെ ചായപ്പീടികയിലെ മേശക്കാലിന് കീഴെ പൂവൻ പതുങ്ങിക്കിടക്കുന്നത് അവന്റെ കണ്ണിൽ വീണു.

അവൻ നടത്തത്തിന് വേഗം കൂട്ടി.

സ്കൂളിലെത്തുമ്പോൾ മലയാളത്തിന്റെ ടീച്ചർ തേങ്ങ വാങ്ങാൻ തുടങ്ങിയിരുന്നു. അഭിമാനത്തോടെ ബാഗിലെ പുസ്തകങ്ങൾക്കിടയിൽ വെച്ച തേങ്ങകൾ പുറത്തെടുത്ത് അവൻ ടീച്ചർക്ക് നീട്ടി. ചെവിക്കരികിൽ വെച്ച് തേങ്ങ കുലുക്കിനോക്കി, ചാക്കിലേക്ക് ഇട്ട് ടീച്ചർ അവനെ അഭിനന്ദിച്ചു: ചെർതെങ്കിലും നല്ല കാമ്പ്ണ്ട്...

ടീച്ചർ ചിരിച്ചു.

അവൻ ചിരിച്ചു.

ചുമരിലെ രാഷ്ട്രപിതാവിന് കീഴിലെ വാക്കുകൾ കുട്ടിയുടെ കണ്ണിലുടക്കുന്നു: സത്യം പറയുക, ചിന്തിക്കുക, പ്രവർത്തിക്കുക.

രാഷ്ട്രപിതാവ് ചിരിച്ചു.

അവൻ മുഖം കുനിച്ചു.

അസംബ്ലി നേരത്തെ തുടങ്ങി.

നാലാം ക്ലാസിലെ നാല് പെണ്ണുങ്ങളുടെ വന്ദേമാതരത്തിൽ കുട്ടികൾ സ്റ്റാന്റ് അറ്റ് ഈസായി.

തണലത്ത് നിന്ന് ഹെഡ്മാഷ് സ്വാതന്ത്ര്യത്തെക്കുറിച്ച് സംസാരിക്കാൻ തുടങ്ങി. അയാളുടെ കണ്ണുകൾ ഇടക്കിടെ പുതിയ സാരിയുടുത്ത് വന്ന കണക്കുടീച്ചറിലേക്ക് ചെരിഞ്ഞു. പൊരിവെയിലത്ത് അയാളുടെ പ്രസംഗം കുട്ടികൾ ക്ഷമയുടെനെല്ലിപ്പലകയിൽ കയറിനിന്നുകൊണ്ട് കേട്ടു. ചരലിൽ കാൽവിരലുകൾകൊണ്ട് അവൻ ഒരു കോഴിയുടെ ചിത്രം വരച്ചു. ഒരു തുമ്മൽ വന്ന് അറിയാതെ തലയുയർത്തിയപ്പോൾ അവൻ

കണ്ടു, കർത്തമ്പുവും രാമൻ മണിയാണിയും ദൂരെ നിന്ന് നടന്നുപാഞ്ഞുവരുന്നു.

കർത്തമ്പുവിന്റെ കൈയിൽ രാമൻ മണിയാണിയുടെ പൂവൻ തല കീഴായി തൂങ്ങിക്കിടക്കുന്നു....

പേടി അവനിൽ മഴക്കാലത്തെ പുഴയായി ഇരമ്പി.

കള്ളൻ.. കോഴിക്കള്ളൻ.. -അടുത്തനേരം കുട്ടികൾ പരിഹസിച്ചു ചിരിക്കും.

അവന്റെ നെഞ്ചിടിപ്പ് ഏറി.

തൊണ്ടയിലെ വെള്ളം വറ്റി.

അവർ അടുത്തെത്താറായിരിക്കുന്നു.

ഒന്നും ഇനി നോക്കാനില്ല.

വരിയിൽ നിന്ന് അവൻ തിരിഞ്ഞോടി.

അവന്റെ ഓട്ടം ഹെഡ്മാഷിന്റെ പ്രസംഗം തെറ്റിച്ചു.

കുട്ടികൾ തിരിഞ്ഞുനോക്കി.

അവൻ കുന്ന് കയറി. എങ്ങോട്ടെന്നില്ലാതെ ഓടിക്കൊണ്ടിരുന്നു.

പിറകിൽ നിന്ന് പലരും അവനെ വിളിക്കുന്നുണ്ടായിരുന്നു.

ഒന്നും അവൻ കേട്ടില്ല.

തിരിച്ചുവരാനുള്ള വിളികളല്ല, തിരിച്ചുവരാതിരിക്കാനുള്ള വിളികളാണെന്ന് അവനറിയാമായിരുന്നു.

പിന്നെയൊരിക്കലും അവൻ ആ നാട്ടിലേക്ക് തിരിച്ചുവന്നില്ല.

കെട്ടിത്തീർന്ന ബാനർ നോക്കി, മദ്ധ്യവയസ്കൻ അങ്ങനെ നിന്നു.

"പാവം കുട്ടി.."

ചെറുപ്പക്കാരൻ നെടുവീർപ്പെട്ടു.

"അവനിപ്പോൾ എവിടെയായിരിക്കും..."

അയാൾ ഉത്തരം പറഞ്ഞില്ല.

വെള്ളം കുടിച്ച് വെയിൽ മടങ്ങിവന്നു. ക്ഷീണത്താൽ വെയിൽ നിലത്തേക്ക് ചാഞ്ഞു. അവിടമാകെ സ്വർണ്ണനിറമായി.

വിസിൽ മുഴങ്ങി.

"സ്കൂളും ജയിലും ഒരേ പോലെയല്ലേ... സ്വാതന്ത്ര്യം തീരെയില്ല, പഠിപ്പിക്കുന്നത് അച്ചടക്കം ശീലിക്കാൻ. ഇറങ്ങുമ്പോഴും കേറുമ്പോഴും ക്യൂ നോക്കണം. സ്വന്തം തീരുമാനത്തിന് ഒരു വിലയുമില്ല. രണ്ടിടത്തും ടൈംടേബിളുംണ്ട്, യൂണിഫോമും വേണം..."

ചെറുപ്പക്കാരൻ പറഞ്ഞു.

പൂച്ചവാലൻ ചെടിയിലെ ചിലന്തിവലയിൽ കുടങ്ങിയ ഒരു ചിത്രശലഭത്തിന്റെ പിടച്ചിലുകളിൽ മദ്ധ്യവയസ്കന്റെ കാഴ്ച ശൂന്യമായി.

ഒരു ഇളങ്കാറ്റ് മദ്ധ്യവയസ്കനെ വന്നുതലോടി.

"നിന്ന് ചിന്തിച്ച് ഞങ്ങക്ക് പണീണ്ടാക്കാതെ നടക്കെഡോ..."

വാർഡൻ ലാത്തികൊണ്ട് അയാളുടെ പുറത്ത് തട്ടി.

സെല്ലിന് പുറത്തുള്ള ചുമരിലെ രാഷ്ട്രപിതാവിന് കീഴിലെ വാക്കുകൾ മദ്ധ്യവയസ്കന്റെ കണ്ണിലുടക്കുന്നു: സത്യം പറയുക, ചിന്തിക്കുക, പ്രവർത്തിക്കുക.

സെല്ലിന്റെ വാതിൽ തുറന്നകത്ത് കയറവെ അയാൾ രാഷ്ട്രപിതാവിനെ നോക്കിയൊന്ന് ചിരിച്ചു.

രാഷ്ട്രപിതാവ് മുഖം കുനിച്ചു.

അയാൾ ചിരിച്ചുകൊണ്ടേയിരുന്നു, വെറുതെ....

മഴ, വെയിൽ, മുസ്തഫ etc

'**കൈ** കൊണ്ട് വിതച്ച വിത്തുകൾ
കണ്ണുകൾ കൊണ്ട് പെറുക്കിയെടുക്കുന്നു'

മുസ്തഫ എന്ന അഞ്ചാം ക്ലാസുകാരൻ ചീരക്കെട്ടുമായി സൈക്കിൾ ചവിട്ടുമ്പോൾ മദ്ധ്യാഹനവെയിൽ മരത്തണലിൽ ഇരിക്കുകയും ഉടനെ ത്തന്നെ പുറത്തേക്ക് എഴുന്നേറ്റ് വരികയും ചെയ്യുന്നുണ്ടായിരുന്നു. വെയി ലിന്റെ ഒളിച്ചുകളിയിൽ രസം പൂണ്ട് മുസ്തഫയ്ക്ക് ശ്രദ്ധ തെറ്റുകയും ചെമ്പരിക്കയിലെ ചെമ്മൺറോഡിലെ കുഴികളിൽ സൈക്കിൾ ഇടക്കിടെ പോവുകയുമുണ്ടായി. ഉപ്പ മമ്മുഞ്ഞി പനിയായതുകൊണ്ട് ചീര വില്ക്കാൻ മുസ്തഫയെ ഏല്പിക്കുകയായിരുന്നു. ഭാര്യ കണ്ടത്തിൽ നിന്ന് പറിച്ചുകൊണ്ടുവന്ന് കെട്ടുകെട്ടുകളാക്കിയ ചീരകൾ സൈക്കിളിന്റെ കാരിയറിൽ കെട്ടുമ്പോൾ മമ്മൂഞ്ഞിക്ക് ചെറുതല്ലാത്ത പരിഭ്രമം ഉണ്ടാ യിരുന്നു. "മനസ്സിന് ഉറപ്പില്ലാത്ത ചെക്കനാണ്. എന്തെങ്കിലും ബഹിട ത്തരം കാട്ടിക്കൂട്ട്വോ...!" അടുത്തനേരം അയാൾ സ്വയം സമാധാനം വരുത്തി: "കിട്ടുന്നത് കിട്ടട്ടെ. അങ്ങനെയെങ്കിലും അവൻ എന്തെങ്കിലും പഠിക്കട്ട്. കണക്ക് കൂട്ടാനോ, നഷ്ടപ്പെടാനോ, പറ്റിക്കപ്പെടാനോ, വർത്ത മാനം പറയാനോ, വിഷമിക്കാനോ, ചിരിക്കാനോ അങ്ങനെ എന്തെങ്കി ലും..."

"ചീരക്കെട്ട് വില്ക്കാൻ പോവണം" എന്ന് ഉപ്പ പറഞ്ഞപ്പോൾ 'മുസ് തഫേ, നിന്നോടാണ്' എന്ന് തന്റെയുള്ളിൽനിന്ന് ഒരാൾ അഭിമാനത്തോടെ മുസ്തഫയോട് പറഞ്ഞു. അവൻ സൈക്കിൾ സ്റ്റാന്റിൽനിന്നിറക്കി. ചീര വില്ക്കാൻ ഉപ്പ കൊണ്ടുപോവുന്നതൊഴിച്ചാൽ അത് മുസ്തഫയുടെ സ്വന്തം സൈക്കിളായിരുന്നു. തെളിഞ്ഞ ആകാശത്തിന്റെ നിറമായിരുന്നു;

മുസ്തഫയുടെ സൈക്കിളിന്. ആകാശം കീറിയെടുത്തതുപോലെ മഡ്ഗാർഡുകളും മറ്റും നീലയിൽ കുളിച്ചുകിടന്നു. വീലിന്റെ കമ്പികളിൽ, ഉപേക്ഷിച്ച സ്ട്രോകളിട്ട് നിറംവരുത്തിയിരുന്നു. ഹാൻഡിലിന്റെ അറ്റത്ത് ഓഡിയോ കാസറ്റിന്റെ ഓല സമമായി മുറിച്ച് ഫിറ്റ് ചെയ്തിട്ടുണ്ടായിരുന്നു. ഉമ്മയുടെ വേവലാതിയുടെ വേലിക്കെട്ടുകളും കടന്ന് സൈക്കിൾ പറപ്പിച്ചു മുസ്തഫ. ഇടയ്ക്കിടെ "ചീര.....ചീരേയ്...." എന്ന് വിളിച്ചുകൂകി.ലോകത്തെ വിഴുങ്ങാനെന്ന പോലെ എല്ലായ്പ്പോഴും മുസ്തഫ വാ തുറന്നു പിടിച്ചിരിക്കും. സൈക്കിളിന് വേഗം വെച്ചപ്പോൾ മുസ്തഫ വിഴുങ്ങിയ ലോകം കാണാൻ മഴപ്പാറ്റകൾ, നങ്ങീച്ചകൾ, വെള്ള പ്രാണികൾ മുസ്തഫയുടെ വായിലേക്ക് വന്നു. വായ കയ്ക്കുമ്പോൾ അവൻ അവയെ പുറത്തേക്ക് തുപ്പും.

ഉച്ചവെയിലിന്റെ കളിയിൽ മനസ്സ് തെറ്റിയെങ്കിലും ഉപ്പയുടെ ചീര വില്പനക്കാരന്റെ കുപ്പായം അവൻ ആവുംവിധം എടുത്തിട്ടു. ചീര വേഗം വിറ്റുതീർന്നു. കിട്ടിയ കാശ് പക്ഷേ, ഉമ്മ പൊരിവെയിലത്ത് പുറംവേദന വകവെക്കാതെ ഏറെനേരത്തോളം ചീര പറിച്ചതിന്റെ കാലിലൊരംശംപോലും ആയില്ല എന്ന് മുസ്തഫയ്ക്ക് അറിയില്ലായിരുന്നു. അത് പാന്റ്സിന്റെ ഇടത്തേക്കീശയിലിട്ട് ചെമ്പരിക്ക സ്കൂളിലേക്ക് അവൻ തന്റെ ആകാശക്കീറ് തിരിച്ചു. വെയിൽ കുന്നിനപ്പുറത്തേക്ക് ആരെയോ കണ്ടുപിടിക്കാനെന്നപോലെ പോയിരുന്നു ആ സമയം. തണലിന്റെ നേർത്ത ഇരുട്ട് എല്ലായിടത്തും പടർന്നിരുന്നു. സൈക്കിൾ ചവിട്ടുന്നതിനിടയിൽ വെറുതെ ഒന്ന് തിരിഞ്ഞുനോക്കിയപ്പോൾ മുസ്തഫ കണ്ടു, ഭീമാകാരനായ ഒരു ഭൂതത്തെപ്പോലെ വെയിൽ കുന്നിറങ്ങിവരുന്നത്, വെളിച്ചം തിരപോലെ ഇളകിവരുന്നത്. തന്നെ തോല്പിക്കാതിരിക്കാൻ മുസ്തഫ സൈക്കിൾ നിന്നുകൊണ്ട് ചവിട്ടി, സ്കൂൾ ഗ്രൗണ്ടിലെത്തുമ്പോഴേക്കും വെയിൽ അവനെ കടന്നുവെച്ചിരുന്നു.

സ്കൂളിൽ ഏഴാംതരം വരെയുള്ള കുട്ടികൾക്കായുള്ള കഥാക്യാമ്പ് നടക്കുകയായിരുന്നു. മുസ്തഫയെത്തും നേരം കുട്ടികൾ രണ്ടോ മൂന്നോ കൂട്ടം ചേർന്ന് കഥയുണ്ടാക്കുന്ന തിരക്കിലായിരുന്നു. അവസാനത്തെ ചീരക്കെട്ട് പാചകമൊരുക്കുകയായിരുന്ന ഗോപിക ടീച്ചറെ ഏല്പിച്ചു. കാശ് കൊടുക്കുംനേരം "മുസ്തഫേ, വേണമെങ്കിൽ അവരൊപ്പമിരുന്ന് ഒരു കഥയെഴുതിക്കോടാ..." എന്ന് പറഞ്ഞു ടീച്ചർ. മുസ്തഫ കോസ്മോസ് പൂവുപോലെ വിടർന്ന് ചിരിച്ചു. കല്ലുകൾ പെറുക്കിയെടുത്ത് അരി വെള്ളത്തിലിട്ട് ഗോപിക ടീച്ചർ മുസ്തഫയിൽനിന്ന് പിന്മാറി. വാളിൻമരത്തണലിൽ സൈക്കിൾ സ്റ്റാന്റിലിട്ട് ക്ലാസ്മുറിയിൽ ചെന്നു. ഒളിച്ചുകളി നിർത്തി വെയിൽ കാറ്റിനെ പിടിച്ച് ചെമ്പരിക്ക സ്കൂളിൽ നിലയുറപ്പിച്ചിരുന്നു അപ്പോഴേക്കും. കടലവില്പനക്കാരന്റെ വലിയ പൊതിപോലെ വെയിലിനെ ചുഴറ്റി ഗ്രൗണ്ടിലെ കാറ്റ്.

കുട്ടികൾ വാക്കുകൾകൊണ്ട് മുസ്തഫയ്ക്ക് സ്നേഹം കൊടു

ത്തില്ല. ചിലർ ഒന്ന് ചിരിച്ച്, ഒന്ന് നോക്കി, കഥയെഴുതാൻ തങ്ങൾ തെര ഞ്ഞെടുത്ത വിഷയത്തിലേക്ക് ശിരസ്സ് താഴ്ത്തി. ജനൽപ്പടിയിൽ കൈവെച്ച് തല അഴികളിൽ മുട്ടിച്ചുവെച്ച് മുസ്തഫ അവരെത്തന്നെ നോക്കിനിന്നു. “നീ ബുക്ക് എടുക്കാതെയാണല്ലേടാ ഇന്നലെ വീട്ടിലേക്ക് പോയത്, ഇന്നാപിടി....” മനോജ് മാഷ് പിറകിൽ വന്ന് നോട്ടുപുസ്തകം കൊണ്ട് മുസ്തഫയെ തട്ടി. നോട്ടുപുസ്തകവും ബോക്സും വാങ്ങി, മുസ്തഫ വീണ്ടും ക്ലാസ്മുറിയിലേക്ക് കണ്ണുകൾ അയച്ചു. “എന്താടാ കഥയെഴു തണോ നിനക്ക്...?” മുസ്തഫ മനോജ് മാഷിന് പൂർണ്ണമായും മുഖം കൊടുത്തു. മനോജ് മാഷ് ഒരു ചിരി ചിരിച്ച് കൂട്ടിച്ചേർത്തു: “പുസ്തകം ഉണ്ടല്ലോ... ബോക്സില് പെന്നും ഉണ്ട്. എവിടെയെങ്കിലും ഇരുന്ന് എഴു തിക്കോളിൻ. നിനക്കിഷ്ടമുള്ളത് കഥയാക്കിക്കോ....” മുസ്തഫയുടെ മുഖം വികസിച്ചു. വന്ന ഒരു മൊബൈൽ കോളിൽ മനോജ് മാഷ് വരാ ന്തയിൽ അങ്ങുമിങ്ങും നടക്കാൻ തുടങ്ങി. അവൻ മാഷിനെയും ക്ലാസ്മു റിയിലേക്കും മാറിമാറി നോക്കി. പെട്ടെന്നവൻ വരാന്തയിലെ തൂണിനോട് ചേർന്നിരുന്നു. നടരാജവിഗ്രഹത്തിന്റെ തെളിമയില്ലാത്ത ചിത്രമുള്ള തുരുമ്പു പിടിച്ച ടിൻബോക്സ് തുറന്നു. ക്ലിപ്പ് പൊട്ടിപ്പോയതുകൊണ്ട് അടപ്പും പെട്ടിയും വേറെവേറെയായി. അടപ്പിന്റെ ഉൾപ്പുറത്തിൽ കളർ നെയിംസ്ലിപ്പുകൾ അടുപ്പിച്ചൊട്ടിച്ച് തുരുമ്പ് മറച്ചിരുന്നു. വെള്ളംകുടി യൻതണ്ടും പൂമ്പാറ്റയുടെ ചിറകുകളും തീപ്പെട്ടിച്ചിത്രങ്ങളുംകൊണ്ട് പെട്ടി നിറഞ്ഞിരുന്നു. ടോപ്പില്ലാത്ത പേന അതിൽനിന്നെടുക്കുമ്പോൾ ചില തെല്ലാം നിലത്ത് വീണു. ബോക്സിലത് പെറുക്കിവെച്ച് അവൻ നോട്ടു പുസ്തകം തുറന്നു. ചാണകം തേച്ചപോലെയാണ് മുസ്തഫയുടെ നോ ട്ടുപുസ്തകമെന്ന് എല്ലാ അദ്ധ്യാപകരും ഏകാഭിപ്രായം ഉണ്ടാക്കിയിരു ന്നു. മുസ്തഫ എഴുതുന്ന വാക്കുകൾ ഈ ലോകത്തിൽവെച്ച് മുസ്ത ഫയ്ക്ക് മാത്രമേ വായിക്കുവാൻ കഴിയുമായിരുന്നുള്ളൂ. മുസ്തഫ പകർത്തിയ ഒരു അക്ഷരവും അവർ പഠിപ്പിച്ച അക്ഷരങ്ങളുമായി ഒത്തു വന്നതേയില്ല. “മലയാളത്തിൽ സ്വന്തമായ അമ്പത്തിയൊന്ന് അക്ഷരങ്ങൾ ഉണ്ടാക്കിയ ആൾ” എന്ന ചോദ്യം ഉടനെ പി എസ് സി പരീക്ഷക്കുണ്ടാ വുമെന്ന് മലയാളം പഠിപ്പിക്കുന്ന എലിസബത്ത് ടീച്ചർ ഇടയ്ക്കിടെ പറ യാറുണ്ടായിരുന്നു. തന്റെ സ്വന്തം അക്ഷരങ്ങളിൽ മുസ്തഫ ആകാശവും മഴയും കാറ്റും വെയിലും മഞ്ഞക്കിളിയും മറ്റും എഴുതിക്കൊണ്ടേയിരുന്നു.

ജംബുകന്മാരുടെ കൂട്ടത്തിലെ പ്രായമേറിയ കുറുക്കൻ മൺതിട്ടയുടെ മുന്നിലേക്ക് എഴുന്നേറ്റുവന്നു. സൂര്യന് നേർക്ക് തിരിഞ്ഞ് അത് ഇടതു കാൽകൊണ്ട് മണ്ണുമാന്തി, നക്ഷത്രചിഹ്നത്തിൽ ഒരു കുഴി രൂപപ്പെട്ടു. ഇരുകാലുകളും നക്ഷത്രത്തിൽ വെച്ച് അത് ദീർഘമായി ഒന്ന് ഓരിയിട്ടു. മരിച്ച ദു:ഖത്താലുള്ള മനുഷ്യവിലാപം പോലെയുണ്ടായിരുന്നു അതിന്റെ ഓരിയിടൽ. മൺതിട്ടയിലെ രണ്ട് കുറുക്കന്മാരും വൃദ്ധ ജംബൂകനെ അനു കരിച്ചു.

മഴ സാവധാനത്തിലായി. വൃദ്ധജംബൂകൻ നക്ഷത്രക്കുഴിയിൽനിന്ന് കാലുകളെടുത്ത് കുറുക്കന്മാർക്കഭിമുഖമായി നിന്നു. നിശ്ശബ്ദത വെയിലിട്ടു അവിടം. ഇടറുന്ന ഒച്ചയിൽ അത് പറയാൻ തുടങ്ങി: "എത്ര നാളുകൾക്കുശേഷമാണ് ഒരു വെയിലും മഴയും നമ്മെ തേടിവരുന്നത്. ഒന്നിച്ചുവരുന്ന ഓരോ വെയിൽമഴയും എല്ലാകാലത്തും നമ്മുടെ കൂട്ടുചേരലിനുള്ള നിമിത്തമായിരുന്നു. മൗനവും നിസ്സഹായതയും നിലവിളിയും അറിയുന്നതിനുള്ള കൂടിച്ചേരലുകൾ, ഇങ്ങനെ ഒറ്റമനസ്സാവാനുള്ള കൂടിച്ചേരലുകൾ. ഇന്ന് വല്ലാത്ത ശൂന്യത അറിയുന്നു. നമ്മെപ്പറ്റിയല്ല, മനുഷ്യരെക്കുറിച്ചോർത്ത്..." വൃദ്ധജംബൂകൻ തെല്ലിട മൗനത്തിൽ പൂണ്ടു. അതിന്റെ ശിരസ്സ് ഇടതുവശത്തേക്ക് വിറച്ചു. കഴുത്തിലെ ചാരരോമങ്ങൾ എഴുന്നുനിന്നു. കുറുക്കൻ പറയുന്നത് തനിക്ക് കേൾക്കാൻ കഴിയുന്നുവെന്ന് മുസ്തഫയറിഞ്ഞു. എടലമരത്തിന്റെ കീഴ്ക്കൊമ്പിൽ അവൻ കൈ ആശ്ചര്യത്താൽ മുറുക്കി. കൊക്കായ കാക്കയും വാല് നേരെയായ നായയും അമരത്തടത്തിലെ അരണയും വൃദ്ധജംബൂകനെത്തന്നെ നോക്കി. "എല്ലാ കാലത്തും നമ്മൾ അങ്ങനെത്തന്നെയായിരുന്നു. നമ്മുടെ ജീവിതത്തിനുമപ്പുറം അവരുടെ ജീവിതമായിരുന്നു നമുക്ക് ജീവിതം.അവരുടെ നടപ്പുകൾക്കൊപ്പം എന്നും നമ്മളുണ്ടായിരുന്നു കഥയായും ചൊല്ലായും യാഥാർത്ഥ്യമായും. അവർക്കുവേണ്ടിയായിരുന്നു ദൈവം നമ്മെ സൃഷ്ടിച്ചത്. കാലത്തെ പിടിക്കാൻ മരണപ്പാച്ചിലെടുക്കുമ്പോൾ നമ്മളെ കാണാൻ അവർക്ക് സമയമെവിടെ...!" വൃദ്ധജംബൂകൻ കുനിഞ്ഞിരുന്ന് മണ്ണിൽ ശിരസ്സ് ചായ്ച്ചു. വാർദ്ധക്യത്തിന്റെ ക്ഷീണം അതിന്റെ ചലനങ്ങളിൽ പ്രകടമായിരുന്നു. കിതപ്പ് കടൽക്കാറ്റുപോലെ ഉയരുന്നുണ്ടായിരുന്നു. കണ്ണുകളിൽ വെള്ളപ്പാട നേർത്തൊരു മഞ്ഞുപാളിപോലെ വന്ന് കാഴ്ച മറച്ചു. നീണ്ടചെവികൾ ഭൂമി പറ്റിക്കിടന്നു. മഴ ഇല്ലാതായി. വെയിൽ പോകാൻ തുടങ്ങിയിരുന്നു. കുറുക്കന്മാർ എഴുന്നേറ്റു. വൃദ്ധജംബൂകനെ ഒന്ന് വലംവെച്ച് അതെല്ലാം ഒന്നിച്ച് ഓരിയിട്ടു. അനന്തരം കുറുക്കന്മാർ കുന്നിന്റെ മറുഭാഗത്തുകൂടി താഴേക്കിറങ്ങി തുടങ്ങി. വൃദ്ധജംബൂകൻ എഴുന്നേറ്റു. ഇളംകാറ്റ് വന്ന് കാട്ടുവള്ളിയിലകളിലെ മഴ പെയ്യിച്ചു. വൃദ്ധജംബൂകൻ കൊക്കായ കാക്കയ്ക്കും വാല് നേരെയായ നായയ്ക്കും അമരത്തടത്തിലെ അരണയ്ക്കും അടുത്തുവന്നു: "നിങ്ങൾക്ക് നിങ്ങളുടെ കൂട്ടത്തിൽച്ചേരാൻ ഇനിയൊരിക്കലും കഴിയില്ലെന്ന് എനിക്കറിയാം. കൂട്ടംതെറ്റി മേഞ്ഞവന് തിരിച്ചുപോകാൻ സാദ്ധ്യമല്ല കൂട്ടരേ.. കാലത്തിന്റെ വിധിയാണത്..." കുറുക്കന്മാർ നടത്തം നിർത്തി വൃദ്ധജംബൂകനെ നോക്കി. "സാദ്ധ്യമെങ്കിൽ നിങ്ങൾക്ക് ഞങ്ങൾക്കൊപ്പം വരാം. ഞങ്ങൾ കാണുന്ന ലോകം, മഴ, വെയിൽ നിങ്ങളോടും പങ്കുവെക്കാം.." മൂന്നിന്റെയും നോട്ടത്തിൽ വല്ലാത്ത ദൈന്യത നിറഞ്ഞിരുന്നു. വൃദ്ധജംബൂകൻ ആകാശം നോക്കി: "മനുഷ്യന്റെ വിധി എന്താണെന്ന് പ്രവചിക്കാൻ എനിക്ക് കഴിയില്ല. എങ്കിലും അവരുടെ

ജീവിതം നേരെയാക്കുന്ന ഒരു തെളിച്ചം ഞാൻ കാണുന്നു . ഇന്ന് രാത്രി മുഴുവനാകുന്ന നേരത്ത് ഈ കുന്നിന്റെ അടിഭാഗത്തെ പൂവംമരത്തിനു കീഴിൽ നക്ഷത്രങ്ങളെ പെറുക്കിയെടുക്കുന്ന ഒരു വയസ്സനെ കാണാം. നക്ഷത്രങ്ങളെ സഞ്ചിയിലാക്കി മടങ്ങുംനേരം പൂവംമരത്തിന്റെ രണ്ടാമത്തെ ശാഖിയിൽ ആദിസ്ഥാനത്ത് മരംകൊത്തിച്ചാപ്പൻ എന്ന മഞ്ഞ പക്ഷി ഉണ്ടാക്കിയ ഓട്ടയിൽ അയാൾ ഒരു ചെമ്പുതകിട് വെക്കും. അതിൽ എല്ലാമുണ്ട് എല്ലാം.. ഇത് കാലങ്ങൾക്കുമുമ്പേയുള്ള വെളിപാടാണ്. ഓരോ വെയിൽമഴയിലും മരണത്തോട് ഏറ്റവും അടുത്ത് ഒട്ടി നില്ക്കുന്ന ഒരു ജംബൂകന് ദൈവം അവസാനമായിത്തരുന്ന വെളിപാട്...” വൃദ്ധജംബൂകൻ അടുത്ത നിമിഷം മരുത് മരത്തിനുനേരെ പാഞ്ഞടുക്കുകയും തന്റെ ശിരസ്സ് മരുത് മരത്തിന് ശക്തിയിൽ അടിക്കുകയും മരണത്തിലേക്ക് തെറിച്ചുവീഴുകയും ചെയ്തു. മറ്റുള്ളവ വൃദ്ധജംബൂകന് ചുറ്റുംകൂടി. കുറച്ചുനേരം അതിനെ നോക്കിനിന്നു. ഒരു ഓരിയിടലും ഉണ്ടായില്ല. അനന്തരം കാക്കയെയും നായയെയും അരണയെയും കൂട്ടി അവ മലയിറങ്ങി. “കാലത്തെ അറിയുന്ന ഒന്നിനും നിലനില്പില്ല...” ഒരു കുറുക്കൻ പറഞ്ഞു.

എല്ലാം ഒഴിഞ്ഞുപോയി, കുന്നിൻപുറം ശൂന്യമായ മനസ്സ് പോലെയായി. നരച്ച മഞ്ഞ് വീണു തുടങ്ങിയിരുന്നു. ഇരുട്ടിന് കനംവെച്ചു. മുസ്തഫ വൃദ്ധജംബൂകനടുത്ത് വന്നു. ആരെയോ പ്രതീക്ഷിക്കുന്നതുപോലെയായിരുന്നു അതിന്റെ കിടത്തം. മരുത് മരത്തിന്റെ ഇലകൾ അതിന്റെ ഉടലിൽ അങ്ങിങ്ങായി വീണിരുന്നു.

ആകാശക്കീറുമെടുത്ത് താഴേക്കിറങ്ങുമ്പോൾ മുസ്തഫയ്ക്ക് യാതൊരു പരിഭ്രമവുമുണ്ടായില്ല. അവൻ ഇടയ്ക്കിടെ ചൂളം വിളിച്ചു. ഇടയ്ക്കിടെ സൈക്കിളിന്റെ ബെല്ലടിച്ചു. പൂവംമരത്തിനടുത്തെത്തി. അതിന്റെ കീഴിൽ നക്ഷത്രങ്ങൾ ചിതറിക്കിടക്കുന്നത് കണ്ട് മുസ്തഫയ്ക്ക് വിശ്വസിക്കാനായില്ല. കണ്ണുകൾ കളവ് പറയുന്നതായി അവന് തോന്നി. നക്ഷത്രങ്ങൾകൊണ്ട് ഒരു തടാകം ഉണ്ടാക്കിയതുപോലെയായിരുന്നു. നക്ഷത്രശോഭയിൽ പൂവംമരം വെളിച്ചത്തിന്റെ മരമായി.

മുസ്തഫ നാർച്ചിക്കാടിനടുത്ത് കാത്തുനിന്നു. ചെമ്പരിക്കക്കുന്നിനെ രാത്രി പൂർണ്ണമായി മൂടിയനേരം നരച്ചതാടിയുള്ള ഒരു വൃദ്ധൻ ഒരു ചെറുസഞ്ചിയുമായി ഏതോ വഴിയിലൂടെ അവിടേക്ക് വന്നു. താമസിയാതെ അയാൾ നക്ഷത്രങ്ങൾ ഒന്നൊന്നായി എടുത്ത് സഞ്ചിയിലിട്ടുതുടങ്ങി. ഓരോ നക്ഷത്രമിടുമ്പോഴും സഞ്ചി വലുതായി വന്നു. നക്ഷത്രങ്ങളെല്ലാം സഞ്ചിയിലാക്കി. മരത്തോലുകൊണ്ടുള്ള അരപ്പട്ടയിൽ വെച്ചിരുന്ന ചെമ്പുതകിട് അയാൾ പൂവംമരത്തിന്റെ ഒന്നാമത്തെ ശാഖയിൽ മരംകൊത്തിച്ചാപ്പൻ ഉണ്ടാക്കിയ ഓട്ടയിൽ വെച്ചു. ഉടനെത്തന്നെ വെളിച്ചത്തിന്റെ സഞ്ചിയുംകൊണ്ട് അയാൾ എവിടേക്കോ നടന്നകന്നു. അയാൾ ഈ നക്ഷത്രങ്ങളെക്കൊണ്ട് എന്തുചെയ്യും? കുട്ടികൾക്ക് കളിക്കാൻ

കൊടുക്കും? ഇരുട്ടത്ത് വിളക്കായി വെക്കും? ഉടുപ്പിൽ പതിപ്പിച്ച് നടക്കും? തന്റെ സ്വപ്നങ്ങളിലേക്ക് കൊണ്ടുവന്ന് സ്വപ്നങ്ങൾ നക്ഷത്രതുല്യമാക്കും? കൂട്ടിലടച്ച് പ്രദർശനത്തിന് വെക്കും? അതോ...?

സൈക്കിൾ അവിടെ ചാരിവെച്ച് മുസ്തഫ പൂവംമരത്തിൽനിന്ന് വേഗം ചെമ്പുതകിട് എടുത്തു. അതിലെഴുതപ്പെട്ടതെന്താണെന്ന് നോക്കി. ആശ്ചര്യമായിരുന്നു, അതിലെ അക്ഷരങ്ങൾ മുഴുവനും മുസ്തഫയുടെ സ്വന്തം അക്ഷരങ്ങൾ മാത്രമായിരുന്നു. മുസ്തഫയുടെ നോട്ടുബുക്കിലെ ആർക്കും വായിക്കാനാവാത്ത ലിപികൾ ചെമ്പുതകിടിൽ നിരന്നുകിടന്നു. വലംചൂണ്ടുവിരൽ ഓരോ അക്ഷരത്തിലും തൊട്ടുപോകുമ്പോൾ വാക്കുകളുടെ ചൈതന്യം തന്റെ ശരീരത്തിലേക്ക് പടരുന്നത് മുസ്തഫ അറിഞ്ഞു. ആരും അനുഭവിക്കാത്ത രഹസ്യം ചെമ്പുതകിടിൽനിന്ന് കർണ്ണന്റെ കവചകുണ്ഡലങ്ങൾപോലെ മുസ്തഫയുടെ നെഞ്ചിനെ പറ്റിപ്പിടിച്ചു.

പൂവംമരത്തിനു പിറകിലെ പൊന്തിനില്ക്കുന്ന വേരിനടിയിൽ ഒരു നക്ഷത്രം കിടപ്പുണ്ടായിരുന്നു. വൃദ്ധൻ സഞ്ചിയിലാക്കാൻ വിട്ടുപോയതാവണം. കൂട്ടിനൊന്നുമില്ലാതെ ഒറ്റയ്ക്ക് തന്റെ വിധിയും കാത്ത് പൂവംമരത്തിന്റെ തണുപ്പ് ഏറ്റുവാങ്ങി നക്ഷത്രം സ്വയം കത്തിക്കൊണ്ടിരുന്നു. മുസ്തഫ അതിനെ കൈയിലെടുത്തു. നക്ഷത്രം മുസ്തഫയുടെ കൈയിൽ ഒരു കിരുകിരുപ്പുണ്ടാക്കി. അവനതിനെ ഷർട്ടിന്റെ കീശയിലിട്ടു. വെളിച്ചത്തിന്റെ മനുഷ്യനായി മാറി മുസ്തഫ. ചെമ്പുതകിട് സ്വസ്ഥാനത്ത് വെച്ച് സൈക്കിളുമെടുത്ത് മുസ്തഫ വീണ്ടും കുന്നിൻമുകളിലെത്തി. ആകാശത്തിനെ ഏറ്റവും എളുപ്പത്തിൽ മൂടുന്ന ഒരു പാറക്കല്ലിൽ അവൻ കയറിനിന്നു. നക്ഷത്രത്തെ കീശയിൽനിന്നെടുത്ത് ഇടതുകൈവെള്ളയിൽ ആകാശത്തിന് നേർക്ക് അവൻ നീട്ടിപ്പിടിച്ചു. കൈവെള്ളയിലെ നക്ഷത്രം ആകാശത്തേക്ക് വെളിച്ചപ്പെട്ടു. പൊടുന്നനെ ആകാശത്തിലെ നക്ഷത്രങ്ങൾ ഒന്നാകെ ഇറങ്ങിവന്ന് അവന്റെ കൈവെള്ളയെ പൊതിഞ്ഞു. അവന്റെ ഇടതുകൈ വെളിച്ചംകൊണ്ട് നിർമ്മിച്ച ഒരു ചെമ്പരിക്കക്കുന്നായി മാറി. നിമിഷങ്ങളിൽ നക്ഷത്രങ്ങൾ ഒന്നിച്ച് ആകാശത്തേക്ക് ഉയർന്നു. കൈവെള്ള ശൂന്യമായി. മലമുകളിലെ നിശ്ശബ്ദതയിൽ സൈക്കിളിന്റെ പഴഞ്ചൻ ബെല്ല് വെറുതെയടിക്കുമ്പോൾ തന്റെ കണ്ണുകൾ നിറഞ്ഞിരിക്കുന്നത് മുസ്തഫയറിഞ്ഞു.

ചെമ്പരിക്ക ജങ്ഷനിൽ മുസ്തഫ എത്തുമ്പോൾ ആകെ പുകിലായിരുന്നു. ഉപ്പയും ഉമ്മയും രമേശേട്ടന്റെ അനാദിപ്പീടികത്തിണ്ണയിലിരുന്ന് കരയുന്നുണ്ടായിരുന്നു. മോനേ മുസ്തഫേ, എട്യാട്യാ നീ...? എന്ന് നിലവിളിക്കിടയിൽ ഉമ്മ പറയുന്നുണ്ടായിരുന്നു. ചൂട്ടുകളും പാനീസ് വിളക്കുകളും ടോർച്ചുകളും പലവഴിക്കായി തിരക്കിട്ട് നോക്കുന്നുണ്ടായിരുന്നു. മുസ്തഫയ്ക്ക് ചിരിപൊട്ടി. ഉമ്മയുടെ പിറകിലൂടെ വന്ന് അവൻ അവരെ കെട്ടിപ്പിടിച്ചു: ''എന്റുമ്മാ, ഇങ്ങനെ പേടിച്ചാലോ... ദാ ഞാൻ

ചെമ്പരിക്കക്കുന്നുമ്മ പോയതാണ്. എനിക്കവിടുന്ന് വല്ല്യൊരു രഹസ്യം കിട്ടി ഉമ്മാ..." ഉമ്മയുടെ നിലവിളി തുടർന്നു. ഉമ്മ തന്നെ കാണുകയോ കേൾക്കുകയോ ഉണ്ടായിട്ടില്ലെന്ന് ഞെട്ടലോടെ മുസ്തഫ മനസ്സിലാക്കി. അവൻ വേഗം ഉമ്മയ്ക്ക് മുന്നിൽ വന്നുനിന്നു. "ദാ ഉമ്മാ, ഞാൻ... ഉമ്മേന്റെ മുസ്തഫ.." ഉമ്മയ്ക്ക് ഭാവഭേദമൊന്നുമുണ്ടായില്ല. ഉമ്മ മാത്ര മല്ല ഉപ്പയും ആരും തന്നെ കാണുന്നില്ലെന്ന് അടുത്ത നിമിഷം മുസ്തഫ മനസ്സിലാക്കി. ഒരു വലിയ കരച്ചിലോടെ അവൻ ഉമ്മയുടെ മടിയിൽ വീണ് ഉമ്മയുടെ കൈ പിടിച്ചൊടിച്ചു. "ഉമ്മ, ദാ മുസ്തഫ... ഇതാ ഉമ്മ മുസ് തഫ...." മുസ്തഫയുടെ നിലവിളിയും പറച്ചിലും മുസ്തഫയ്ക്ക് മാത്ര മായി. ഉമ്മയുടെ മടിയിൽനിന്നിറങ്ങി, കാണുന്ന പരിചയക്കാരുടെ കൈപിടിച്ച് വലിക്കുകയോ ഷർട്ട് പിടിക്കുകയോ ചെയ്ത് താനിവിടെ യുണ്ടെന്ന് അറിയിക്കാൻ അവൻ വിഫലമായി ശ്രമിച്ചു. നിശ്ശബ്ദത കെട്ടി നിന്ന അവസരങ്ങളിൽ അവൻ ആർത്തു നിലവിളിച്ചിട്ടും ആരും അവനെ കേട്ടില്ല. ഫോറിൻ ടോർച്ചിനു മുന്നിൽ വന്നുനിന്നിട്ടും ആരും അവനെ കണ്ടില്ല. ഒരു കാറ്റ് പോലെ ഒഴുകിനടന്ന് മുസ്തഫ തൊണ്ടപൊട്ടുന്ന ഒച്ചത്തിൽ പറഞ്ഞു: "ഇത് കേൾക്കിൻ.. ലോകത്തിന് വേണ്ടി ചെമ്പുത കിടിൽ എഴുതപ്പെട്ട വാക്കുകളെങ്കിലും നിങ്ങൾ കേട്ടിരുന്നെങ്കിൽ...." മുസ്തഫയുടെ വാക്കുകൾക്ക് വല്ലാത്ത വലുപ്പം വെച്ചിരുന്നു. ആരും, ഒന്നും അവനെ അറിഞ്ഞില്ല. മഴ കനത്തു. കാറ്റ് കനത്തു. ഇരുട്ട് കനത്തു. തണുപ്പ് കനത്തു. ആകാശത്തിലെ നക്ഷത്രങ്ങൾ മടങ്ങിപ്പോയിരുന്നു. ആളുകൾ വീട്ടിലേക്ക് ധൃതിപിടിച്ചു. തളർച്ചയോടെ ഉപ്പയും ഉമ്മയും വേച്ചുവേച്ച് നടന്നുപോവുന്നത് മുസ്തഫ കണ്ടു. ചെമ്പരിക്കാ ജങ്ഷൻ വിജനമായി. തനിക്ക് മാത്രം വായിക്കാൻ കഴിഞ്ഞ ആ വാക്കുകളെ നെഞ്ചിൽ നിന്ന് ഇറക്കിവെച്ച് മുസ്തഫ വിതുമ്പിക്കൊണ്ടിരുന്നു. മഴ അവന്റെ ചുണ്ടുകൾ തൊട്ടു. തണുപ്പ് ശരീരത്തെ കോച്ചിപ്പിടിച്ചു. കാറ്റ് കണ്ണുകളെ പ്രഹരിച്ചു. ഇരുട്ട് അവനെ മൂടി. എന്നാലും ആരെങ്കിലും തന്നെ കാണുന്നതും കാത്ത് തന്റെ ആകാശക്കീറിന് കീഴിൽ അവൻ കുത്തിയിരുന്നു.

"മുസ്തഫാ... കഥ എഴുതിക്കഴിഞ്ഞോ...." മനോജ് മാഷ് മുസ്ത ഫയിൽനിന്ന് നോട്ടുപുസ്തകം വാങ്ങി. വെയിലത്തെ മഴ വരാന്തയി ലേക്ക് വന്ന് മുസ്തഫയെ ചെറുതായി നനച്ചുതുടങ്ങിയിരുന്നു. മനോജ് മാഷ് ഒഴിഞ്ഞ പേജിൽ കുറച്ചുനേരം നോക്കി, "നല്ല കഥ... തുടർ ന്നെഴുത്." നോട്ടുപുസ്തകം അയാൾ തിരിച്ചേല്പിച്ചു. നോട്ടുപുസ്തക ത്തിലെ ഒഴിഞ്ഞ പേജിലേക്ക് മുസ്തഫ കണ്ണുകളിട്ടു. ഉമ്മ തൊണ്ടപൊ ട്ടുന്ന ഒച്ചയിൽ തന്റെ പേരിനെ ആവർത്തിക്കുന്നത് മുസ്തഫ കേട്ടു. തട്ടിപ്പിടഞ്ഞെഴുന്നേറ്റു. വാർപൊട്ടിയ തന്റെ റബ്ബർ ചെരിപ്പിട്ടു. നോട്ടുപു സ്തകവും ബോക്സും ആകാശക്കീറിന്റെ കാരിയറിൽ വെച്ചു. "എന്താടാ.. കഥ പൂർത്തിയാക്കുന്നില്ലേ....?" സൈക്കിളിൽ കയറുമ്പോൾ

മനോജ്മാഷിന്റെ ചോദ്യം പിറകിൽ നിന്നുയർന്നു. “ആ....” എന്ന ഉത്തരം നിലവിളിയും നിസ്സഹായതയും ഇടകലർന്ന് അവന്റെയുള്ളിൽനിന്ന് മഴയെ തോല്പിക്കുന്ന ഒച്ചയിൽ പുറത്തുവന്നു. അവന്റെ കണ്ണുകൾ നിറഞ്ഞു. ചെമ്പരിക്കാക്കുന്നിലേക്ക് ആകാശക്കീറ് മുസ്തഫയെ കൊണ്ടുപോയത് പൊടുന്നനെയായിരുന്നു.

ഒരു പഞ്ചതന്ത്രം കഥ

കുറുക്കനാണെന്ന് മനസ്സിലാക്കിയിട്ടും എളേപ്പൻ അതിനെ കൂട്ടിൽ നിന്ന് വിടാത്തതെന്താണെന്ന് എനിക്ക് മനസ്സിലായില്ല. നായക്കുഞ്ഞാണെന്ന് വിചാരിച്ചാണ് എളേപ്പൻ അതിനെ വീട്ടിലേക്ക് കൊണ്ടുവന്നത്. എല്ലാ നേരവും എഴുന്ന് നിന്ന കറുത്ത രോമങ്ങളായിരുന്നു അതിന്. ഗണിത പുസ്തകത്തിലെ ത്രികോണമായി എപ്പോഴും കൂർത്ത് നില്ക്കുന്ന അതിന്റെ ചെറിയ കണ്ണുകൾ ലോകത്തെ പുച്ഛവും വേവലാതിയും കലർത്തിക്കാണുംപോലെ എനിക്ക് തോന്നി. നാൾക്ക് നാൾ കഴിയുന്തോറും നായയുടെ അടിസ്ഥാനസ്വഭാവമെല്ലാം ഊരിക്കളഞ്ഞ് ജംബൂകനായി പരിണമിച്ച് അത് കുറുന്തോട്ടിമരം ഈർന്നുണ്ടാക്കിയ കൂട്ടിന്റെ തറയിൽ കാലുകൾ കൊണ്ട് പിറകിലോട്ട് ശക്തിയിൽ മാന്താനും ചെറിയ ശബ്ദത്തിൽ ഓരിയിടാനും തുടങ്ങി. കഥകളിലെ കൗശലശാലികളും വീടിന് പിറകിലെ പാറക്കെട്ടുകൾക്കിടയിൽ നിന്ന് രാത്രികളിൽ കൂട്ടത്തോടെ തുടർച്ചയായി ഓരിയിടുന്നവരും ഒന്നിച്ച് വന്ന് എന്നെ അസ്വസ്ഥനാക്കിയപ്പോൾ ഞാൻ കൂട്ടിലേക്ക് നോക്കാതെയായി. അതിനെ നോക്കുന്ന പണി പിന്നെ എളേപ്പനായി. അതിന് മീനും ചോറും എളേപ്പൻ ചട്ടിയിൽ കൊണ്ടു പോവുന്നത് കാണുമ്പോൾ എനിക്ക് ചിരി വരും. ചോറ് തിന്ന് തീർക്കുംവരെ എളേപ്പൻ നിലത്ത് കുത്തിയിരുന്ന് അതിനെത്തന്നെ നോക്കുക പതിവായി. നാടും വീടും ഇതറിഞ്ഞു. എളേപ്പന് പേരും വീണു: കുറുക്കൻ മനുഷ്യൻ.

ഞാനപ്പോൾ ആറാംക്ലാസിൽ വെച്ച് പഠിപ്പ് നിർത്തിയിരുന്നു. മൂന്ന് വർഷം തുടർച്ചയായി സ്കൂൾ അധികൃതർ ആറാംക്ലാസിൽ സമനിലയിൽ തളച്ചതിൽ പ്രതിഷേധിച്ച് നാല് വർഷം പഴകിയ വെള്ളയും നീലയും വസ്ത്രങ്ങൾ തോട്ടിലിട്ട് ഞാൻ എളേപ്പനൊപ്പം കൂടി. വഴി വിട്ട് നടക്കവെ പറഞ്ഞ് ചിരിച്ച കുറേ കമ്പിക്കഥകളും സഹപാഠികളിൽ നിന്ന്

തട്ടിയെടുത്ത നഗ്നരായ സ്ത്രീ പുരുഷന്മാരുടെ ചിത്രമുള്ള ദുബായ് ചീട്ടുകളും മാത്രമായിരുന്നു എന്റെ സ്കൂൾകാല ജീവിതത്തിൽ ബാക്കിയായത്. വൈകുന്നേരങ്ങളിൽ പുഴയിൽ ചൂണ്ടയിടുമ്പോൾ നോക്കാൻ വന്ന പൊടിപ്പിള്ളേർക്ക് ആ കഥകൾ പറഞ്ഞുകൊടുത്ത് ഞാൻ വിവരവും വിദ്യാഭ്യാസവുമുള്ളവനാകും. കഥ കേട്ട് പൊടിപ്പിള്ളേരുടെ കണ്ണ് തള്ളും. മൂപ്പെത്തിയെന്ന് തോന്നിയവർക്ക് ചീട്ട് കാട്ടിക്കും. അവർ ചീട്ട് നോക്കുന്ന നേരങ്ങളിൽ ഞാൻ വെള്ളത്തിലേക്ക് ഊളിയിടും. ശ്വാസം ഉള്ളിൽ നിർത്തി ആഴത്തിലേക്ക് മുങ്ങിപ്പോയി വെള്ളത്തിനടിയിലെ വെയിലിനെ തപ്പിക്കൊണ്ട് ഞാൻ നടക്കും. വെയിലിനെ പിടിക്കും നേരമായിരിക്കും ശ്വാസം ധിറുതി കാട്ടുക, കണ്ണുകളടയും. ശരീരം ഒരു പിടച്ചിൽ പിടയ്ക്കും. മരണമറിയും, വെള്ളത്തിന് മുകളിലേക്ക് നീർക്കോലിയെപ്പോലെ അറിയാതെ തല പൊങ്ങിപ്പോകും. കാവിലെ രമേശന്റെ അനിയൻ ഈ സമയം ഞാൻ മുങ്ങിയത് എണ്ണിയെടുക്കുകയായിരിക്കും. നാവ് മറിയാതെ അവൻ പറയും: 'സതീശേട്ടാ, ആയിരം ഇന്നും കടന്നില്ല,.' എത്ര ശ്രമിച്ചിട്ടും ആയിരത്തിനപ്പുറത്തേക്ക് മുങ്ങി നില്ക്കാൻ എനിക്ക് കഴിഞ്ഞിരുന്നില്ല. കാവിലെ രമേശന്റെ അനിയന് എണ്ണിത്തെറ്റുന്നതായിരിക്കും, ഞാനങ്ങനെ വിചാരിച്ച് സമാധാനിക്കും.

സ്കൂൾ വിട്ട് പിള്ളേർ വരുംവരെ എന്നോട് മാത്രമായി എന്റെ സംസാരം. പുഴയ്ക്ക് നേരെ മുകളിലുള്ള കുന്നിന് പുറത്തായിരുന്നു ഞങ്ങളുടെ വീട്. കുന്നായത് കൊണ്ട് വീടിന് മുന്നിലെ വഴിയിലൂടെ അധികമാരും വന്നിരുന്നില്ല. അതുകൊണ്ടുതന്നെ രാത്രിയെന്നല്ല പകലും വലിയ നിശ്ശബ്ദത വീട്ടിൽ വീണ് കിടന്നിരുന്നു. അത് ഭേദിക്കാൻ ഭയന്നാകാം, അതിരാവിലെ പോലും ഒരു അടയ്ക്കാക്കിളിയും ചിലച്ചിരുന്നില്ല. എളേപ്പനാണെങ്കിൽ എം ടിയെപോലെയായിരുന്നു. ആവശ്യത്തിന് പോലും സംസാരമില്ല. എന്ത് ചോദിച്ചാലും എളേപ്പൻ വെറുതേ പല്ലിളിച്ച് കാട്ടും. പല്ലുകൾക്കിടയിൽ ഇറുക്കിപ്പിടിച്ച് 'വൈദ്യുതിയെന്നപോലെ അമൂല്യമാണ് വാക്കുകൾ' എന്ന് എളേപ്പൻ പറയാതെ പറയുന്നതായി തോന്നിയിരുന്നു. മിക്ക രാത്രികളിലും എളേമ്മ വീട്ടിലുണ്ടാവില്ല. കോരേട്ടന്റെ റിക്ഷയുടെ ഹോണടി താഴത്തെ നിരത്തിൽ നിന്ന് കേൾക്കുമ്പോൾ കണ്ണാടിയിൽ ഒട്ടിച്ച പൊട്ടെടുത്ത് നെറ്റിയിൽ വെച്ച് എന്നെയൊന്ന് തുറിച്ചുനോക്കി എളേമ്മ ഇരുളിൽ മറയും. എളേമ്മ ഇരുട്ടിലെ സഞ്ചാരിയാവുന്നത് കൊണ്ടാണ് അടുപ്പ് പുകയുന്നത് എന്ന് എളേപ്പനെന്ന പോലെ എനിക്കും അറിയാമായിരുന്നു. നിശ്ശബ്ദത നിറഞ്ഞ് ശ്വാസം മുട്ടുന്ന പകലുകളിൽ ഇരട്ടച്ചീർപ്പിൽ മുടിവാർന്ന് മടുത്ത് എളേമ്മ എന്തിനെന്നില്ലാതെ എളേപ്പനെ ചീത്ത പറയും. സ്റ്റീൽ പാത്രങ്ങൾ നിലത്ത് വീണ് നിലവിളി ശബ്ദമിടും. ഒന്നും മിണ്ടാതെ ഉമ്മറപ്പടിയിൽ കുത്തിയിരുന്ന് പുറത്തേക്ക് നോക്കിക്കൊണ്ട് എളേപ്പൻ ബീഡി അറ്റമെത്തുംവരെ വലിച്ചുകൊണ്ടിരിക്കും. ചീത്തപറച്ചിലിന് പ്രതികരണമൊന്നുമില്ലാതെയാകുമ്പോൾ അകത്ത് പുൽപ്പായയിൽ കമിഴ്ന്ന് കിടന്ന് എളേമ്മ ഏങ്ങലടിച്ച് കരയാൻ

തുടങ്ങും. സന്ധ്യവരെയുള്ള എന്റെ മീൻനോക്കി നടത്തം തുടങ്ങുന്നത് അപ്പോഴായിരിക്കും. ചൂണ്ടയുമെടുത്ത് ഞാൻ പുഴക്കരയിലേക്ക് ഓടിയിറങ്ങും. കണ്ടത്തിൽ കോല് കുത്തിക്കിട്ടുന്ന മണ്ണിര പൊട്ടിച്ച് കൊക്കയിൽ കോർത്ത് വെള്ളത്തിലേക്ക് വളഞ്ഞ് കിടക്കുന്ന അത്തിമരത്തിന്റെ കൊമ്പിൽ കാല് നീട്ടി ഞാൻ ചൂണ്ടയിടും.

എളേമ്മ കലമ്പുകയും കരയുകയും ചെയ്യാത്ത പകലുകളിൽ ഞാൻ എളേപ്പന്റെ മാജിക്ക് സാധനങ്ങൾ നന്നാക്കാൻ കൂടി. എളേപ്പൻ ഒരു മായാജാലക്കാരനായിരുന്നു. വാഴക്കുന്നത്തെയോ ഹൗഡ്നിയെയോ ഗോപിനാഥ് മുതുകാടിനെയോ പോലെ ഒട്ടും പ്രശസ്തനൊന്നുമായിരുന്നില്ല. എളേപ്പന്റെ ഒരു മാജിക്കും പൂർണ്ണ വിജയമായിരുന്നില്ല. എല്ലായ്പ്പോഴും അത് ഒരു വലിയ തെറ്റിൽ അവസാനിച്ചു. മധുരംകൈ അമ്പലത്തിൽ മാജിക് തെറ്റിയതിന് നാലഞ്ച് പേർ എളേപ്പനെ ഒരു തൈക്കുണ്ടിലേക്ക് വലിച്ചിട്ട് പൊതിരെത്തല്ലി. കൂട്ടിന് പോയ എനിക്ക് മൂത്ത എല്ലുകൾ മാത്രമുള്ള ഒരു മെലിഞ്ഞവന്റെ കനത്ത മേടൽ കിട്ടി. എന്റെ തലയിൽ മുഴച്ച് വന്നു. അടികൊണ്ട് അവശനായി തിരിച്ചു വരുമ്പോഴും എളേപ്പൻ വലിയ വായിൽ ചിരിച്ചുകൊണ്ടിരുന്നു. എനിക്കന്ന് വല്ലാത്ത ദേഷ്യം വന്നു. ശിരസ്സിൽ അത്തിക്കായ പോലെ പൊന്തിവന്ന മുഴ തടവി ഞാൻ എളേപ്പനോടലറി: “ഇനീം ചിരിച്ചാൽ എളേപ്പാ, ഞാനെന്തെങ്കിലും ചെയ്തുപോകും...” എളേപ്പൻ തിരിഞ്ഞ് നിന്നു. പിന്നെയെന്റെ ചുമലിൽ കൈയിട്ട് എളേപ്പൻ പറഞ്ഞു: “വിജയത്തേക്കാൾ, തോല്വിയിലെ ലഹരി തോറ്റവനേ അറിയൂ. തോല്വി ഒരിക്കലും തോല്വിയല്ല. വിജയിക്കുമ്പോഴാണ് ഒരാൾ എല്ലാ അർത്ഥത്തിലും തോറ്റുപോകുന്നത്..” എളേപ്പൻ ഒരു ഇന്നസെന്റ് കഥാപാത്രമായി വീണ്ടും ചിരിച്ചു. എനിക്കങ്ങ് പ്രാന്ത് വന്നു. പിന്നെയൊന്നും മിണ്ടാൻ കൂട്ടാക്കാതെ മാജിക് സാധനങ്ങൾ ഇട്ട ചാക്ക് ചുമലിലേന്തി ചൂട്ട് വീശി എളേപ്പനെ ഗൗനിക്കാതെ ഞാൻ വേഗം നടന്നു.

നിശ്ശബ്ദമായിരുന്ന കുന്നിൻപുറത്തെ രാത്രികളെ കൂട്ടിലെ കുറുക്കൻ തകർത്തുകളഞ്ഞു. രാത്രിയുടെ കാലൻകോഴി നടത്തനേരങ്ങളിൽ കുറുക്കൻ നിലവിളിക്കുന്ന ഒച്ചയിൽ ഓരിയിടും. ഉറക്കം ഞെട്ടി ഞാൻ ഉണരുമ്പോൾ എളേപ്പൻ കുറുക്കനടുത്തിരിക്കുന്നുണ്ടാവും. അതിന്റെ ഓരിയിടൽ കേട്ടുകൊണ്ട് എളേപ്പൻ കുത്തിയിരുന്ന് കണ്ണുകളടച്ച് ഉറങ്ങുകയായിരിക്കും, വിളിച്ചാലും കണ്ണ് തുറക്കില്ല. ഓരിയിടൽ നിർത്താതെ അതെന്നെയും എളേപ്പനേയും മാറി മാറി നോക്കും. ഒരു ദേഷ്യമുതിർത്ത് തിരികെ പോയി കിടന്നാലും ഉറക്കം കിട്ടില്ല. കുറുക്കന്റെ മനസ്സുപോലെ തിരിഞ്ഞും മറിഞ്ഞും പുലരുവോളം കിടക്കും. ഓരിയിട്ട് തളർന്ന് കുറുക്കൻ നിശ്ശബ്ദമാകുമ്പോൾ നേരം പുലർന്നിട്ടുണ്ടാകും.

കുറുക്കൻ വന്നതുകൊണ്ടോണോ എന്നറിയില്ല, എളേപ്പനെ ചീത്ത പറയുന്നത് എളേമ്മ നിർത്തി. പുൽപ്പായയിൽ കമിഴ്ന്ന് കിടന്ന് ഏങ്ങലടിക്കുന്നത് പക്ഷേ എളേമ്മ ഒഴിവാക്കിയില്ല.

കോരേട്ടന്റെ റിക്ഷയിൽ എളേമ്മ പോയ ഒരു രാത്രി എളേപ്പൻ എന്റെയടുത്ത് വന്നു പറഞ്ഞു: "ഒരു മാജിക് ഒത്തുകിട്ടീട്ട്ണ്ട് സതീശാ, തീയ്യർപ്പാലത്തെ ക്ലബ്ബിന്റെ ജൂബിലിക്ക്. അന്ന് ഞാനൊരു വമ്പൻ സംഭവം അവതരിപ്പിക്കും..." എളേപ്പൻ ഒരു സ്വപ്നത്തിലെന്നപോലെ തോന്നി. ചിമ്മിനിവിളക്കിന്റെ വെട്ടത്തിൽ എളേപ്പന്റെ നിഴൽ മുറിയുടെ മച്ചിൽ മുട്ടി മുന്നോട്ട് വളഞ്ഞ് ഒരു സർപ്പമായി. "ഞാൻ നെഞ്ചില് വെയ്ക്കുന്ന മൂവാളംകുഴി ചാമുണ്ഡിയുടെ തെയ്യത്തെ സ്റ്റേജിൽ പത്തു മിനിട്ടു നേരത്തേക്ക് ഞാൻ മായ്ച്ചു കളയും. ഞാൻ തന്നെ കെട്ടും, ചെമ്പു കണ്ടു കൂടാത്ത മൂവാളംകുഴി ചാമുണ്ഡിയെ. നീയായിരിക്കും മായാ ജാലക്കാരൻ. തെയ്യമായി ഞാൻ സ്റ്റേജിൽ ചെമ്പ് തപ്പുമ്പോൾ കൈകൾ ഒരു ഹിപ്നോട്ടുകാരനെപ്പോലെ നീട്ടിപ്പിടിച്ച് നീ പറയും: ''കൺകെട്ട് വഴികളുടെ പതിവുസ്റ്റെപ്പുകൾ മാറി ചവിട്ടുന്ന, നിങ്ങൾക്ക് മറക്കാനൊരിക്കലും കഴിയില്ലെന്ന് ഉറപ്പാക്കാവുന്ന, നിങ്ങളുടെ നെഞ്ച് പറിച്ചെടുക്കുന്നത് പോലുള്ള അനുഭവം ഇതാ, ഇപ്പോൾ, ഇവിടെ... നിങ്ങളുടെ മൂർത്തദൈവം മൂവാളംകുഴി ചാമുണ്ഡിയമ്മ ഇതാ ഇപ്പോൾ പത്തുമിനിട്ടോളം അപ്രത്യക്ഷമാകുന്നു." മേൽക്കൂരയിലേക്ക് എളേപ്പന്റെ കണ്ണുകൾ അസാധാരണമാംവിധം വിടർന്നു. പറച്ചിലിൽ എളേപ്പൻ ഇങ്ങനെ നോൺസ്റ്റോപ്പാകുന്നത് ആദ്യമായാണ്. എനിക്ക് പേടി തോന്നി. കൂട്ടിൽ നിന്ന് കുറുക്കൻ ദൈന്യതയോടെ ഓരിയിട്ടു തുടങ്ങി.

എളേപ്പൻ തെയ്യം കാണാതാക്കുന്ന മാജിക് അവതരിപ്പിക്കുന്നുവെന്ന് അറിഞ്ഞതോടെ എളേമ്മ വല്ലാതെയായി. കോരേട്ടന്റെ റിക്ഷയുടെ ഹോണടിയില്ലാത്ത രണ്ട് രാത്രികളിൽ കലഹത്തിന്റെ ചുവയൊന്നുമില്ലാതെ എളേമ്മ നെടുവീർപ്പോടെ ആവർത്തിച്ചു. "മൂവാളംകുഴി ചാമുണ്ഡിയോടടാണ് കളി... വിളിച്ചാൽ വിളിപ്പുറത്തെത്തുന്ന തെയ്യാണ്, പറഞ്ഞില്ലാന്ന് വേണ്ട...." ആ നേരങ്ങളിലെല്ലാം ഒന്ന് ചിരിക്കുക പോലും ചെയ്യാതെ, കുരുത്തോല ചേർത്ത് തെയ്യത്തിന് അരയാട തീർക്കുന്നതിൽ എളേപ്പൻ ശ്രദ്ധാലുവായി.

തെയ്യം കെട്ടിയിരുന്നില്ലെങ്കിലും മൂവാളംകുഴി ചാമുണ്ഡിയമ്മയുടെ തോറ്റംപാട്ട് എളേപ്പന് ഹൃദിസ്ഥമായിരുന്നു. മാന്ത്രികനായി നില്ക്കുന്ന നേരം, ഞാൻ പറയേണ്ട ഇടിവെട്ട് ഡയലോഗും തോറ്റംപാട്ടും ഒരു നോട്ടുപുസ്തകത്തിൽ എളേപ്പൻ എനിക്ക് എഴുതി തന്നു. എവിടുന്നോ കൊണ്ടുവന്ന കയറ് മുറിഞ്ഞ ഒരു പഴയ ചെണ്ട കൊണ്ട് എളേപ്പൻ എന്നെ മുറുക്കിക്കൊട്ടാൻ പഠിപ്പിച്ചു.

മാജിക് അവതരിപ്പിക്കേണ്ടതിന് തലേദിവസം കുറുക്കനെ വകവെക്കാതെ എളേമ്മ വീണ്ടും എളേപ്പനെ ചീത്ത പറയാനും നിലവിളിക്കാനും തുടങ്ങിയപ്പോൾ പൊറുതികെട്ട് ഞാൻ ചൂണ്ടയും കൊണ്ടിറങ്ങി. അത്തിമരത്തിനടുത്തെ കല്ലുകളെടുത്തു മാറ്റിയപ്പോൾ കിട്ടിയ മണ്ണട്ടയെയും തവളക്കുഞ്ഞിനെയും ഒന്നിച്ച് കൊക്കയിൽ കോർത്ത് ഞാൻ വെള്ളത്തിലിട്ടു. പതിവിൽ നിന്ന് വ്യത്യസ്തമായി, പിള്ളേരെ കാത്തുനില്ക്കാതെ

ട്രൗസർ മാറ്റി, ഞാൻ വെള്ളത്തിലേക്ക് ശരമിട്ടു. എണ്ണാൻ ആരുമില്ലാതിരുന്നിട്ടും വെള്ളത്തിൽ ശ്വാസം പിടിച്ച് നില്ക്കുമ്പോൾ കൊക്കയിൽ മരണത്തിലേക്ക് പിടയുന്ന മണ്ണട്ടയെയും തവളയെയും ഞാൻ കണ്ടു. അതിനെ വട്ടം ചുറ്റി നീന്തുന്ന വരാലിനേയും അതിന്റെ പതലുകളേയും* കണ്ടു. ഒരു നിമിഷം മണ്ണട്ടയും തവളയും വേവലാതിപ്പെടുന്നത് എനിക്ക് കേൾക്കാമെന്ന് തോന്നി:

വെള്ളത്തിൽ ശ്വാസം കിട്ടാതിരുന്നിട്ടും കൊക്കയുടെ കൂർത്ത മുനയിൽ നാവടക്കം തൂങ്ങിക്കിടന്നിട്ടും മണ്ണട്ട തവളയോട് പറഞ്ഞു: "ജനിക്കുമ്പോൾ തന്നെ ഓരോരുത്തരുടെയും വിധി എഴുതപ്പെട്ടിരിക്കുന്നു.. മരണത്തിനായുള്ള കാത്തിരിപ്പ് മാത്രമാകുന്നു ജീവിതം.. അതെപ്പോൾ എങ്ങനെ എവിടെ നിന്ന് വന്നെത്തുന്നുവെന്ന് ഒരു പിടിയും കിട്ടില്ല..." തവള ഒന്നു ഞരങ്ങി. വേദന സഹിക്കാനാവാതെ അതിന്റെ കണ്ണുകൾ വെള്ളത്തിലൂടെ അവ്യക്തമായി കാണുന്ന ആകാശത്തിലേക്ക് തുറിച്ചു: "ശരിയാണ് നീയെന്നെ എത്രമാത്രം സ്നേഹിക്കുന്നു" എന്ന് ദൈവം ഒരുവനോട് ചോദിച്ചപ്പോൾ "ഇതാ ഇത്രത്തോളം എന്ന് പറഞ്ഞ് അയാൾ കൈകൾ വിടർത്തുകയും മരിക്കുകയും ചെയ്തു." - എന്ന് പറഞ്ഞ് ആത്മഹത്യ ചെയ്ത ഒരു ചെറുപ്പക്കാരനെ നോക്കികിടക്കവെയാണ് ആർത്തിയോടെ ചീറ്റിക്കൊണ്ട് ഒരു പാമ്പ് എന്റെ നേർക്ക് ചാടിയത്. രക്ഷപ്പെടാൻ ഓടിയതാണ്. ഇതാ ഇപ്പോൾ ഈ ചൂണ്ടയിൽ മരണവും കാത്ത് മരണത്തിൽ നിന്ന് രക്ഷപ്പെട്ട ഈ ഞാൻ...!" തവളയ്ക്ക് കരച്ചിൽ വന്നു. ഒച്ച പുറത്തു വന്നില്ല. മണ്ണട്ട തവളയെ തന്നെ നോക്കി. "മരണത്തിലേക്കുള്ള ജീവിതത്തിന്റെ വഴികൾ എത്ര രസകരമാണ്. നോക്കൂ, നമ്മുടെ പിടച്ചിൽ കണ്ട് വട്ടം ചുറ്റുന്ന ഈ വരാലിനെ... അതിനറിയില്ല നമ്മൾ ഒരു ചൂണ്ടയുടെ ഭാഗമാണെന്നും നമ്മെ വിഴുങ്ങിയാൽ അതിന്റെ ജീവനാണ് അവസാനിക്കുകയെന്നും. നമ്മളെത്ര പറഞ്ഞാലും അത് കേൾക്കില്ലെന്നും എനിക്കുറപ്പുണ്ട്. കുറച്ചു നിമിഷങ്ങൾ, നമ്മളതിന്റെ അന്ത്യഭക്ഷണമാകും. അതിന്റെ ചെമ്പരത്തി നിറമുള്ള ചെകിളയിൽ ആ കുട്ടിയുടെ ചൂണ്ട തറയ്ക്കും." അന്ത്യശ്വാസത്തിലെന്നോണം മണ്ണട്ടയുടെ കാലുകളൊന്ന് പിടച്ചു. വരാൽ ആഞ്ഞു വന്നു. തവള മണ്ണട്ടയെ തനിക്കാവുംവിധം പൂരിപ്പിച്ചു: "ആർത്തി മരണത്തെ ക്ഷണിച്ചു വരുത്തുന്നു എന്നുള്ളത് ഒരു പഴഞ്ചൊല്ലാണ്. അതിനപ്പുറത്ത് ജീവിതത്തിനുമേൽ അദൃശ്യമായൊരു നിയമം വീണ് കിടക്കുന്നുണ്ട്, എത്ര വലിയ വേട്ടക്കാരനും അടിസ്ഥാനപരമായി ഒരു ഇര തന്നെയാണ്. എത്ര അകറ്റി നിർത്തിയാലും അദൃശ്യമായൊരു ചൂണ്ട അവൻ തനിക്കടുത്ത് തനിക്കായി സ്വയമറിയാതെ കുത്തിനിർത്തുന്നുണ്ട്. ഇപ്പോൾ ഈ കുട്ടിയും ഒരു ചൂണ്ട സ്വയം കൈയിൽ പിടിക്കുന്നുണ്ടാകും." തവളയും ഒന്ന് പിടച്ചു. ശ്വാസം ഉള്ളിലേക്ക് ഊക്കിലെടുത്ത് പതലുകളെയൊന്ന് നോക്കുകപോലും ചെയ്യാതെ വരാൽ ചൂണ്ട വിഴുങ്ങി.

അന്ന് രാത്രി എളേപ്പൻ കുറുക്കന്റെ കൂട്ടിനടുത്ത് ഏറെനേരം ഇരുന്നു. മഴ ചാറുന്നുണ്ടായിരുന്നു. മഴയിലേക്ക് എളേപ്പൻ ബീഡി വലിച്ച് പുകയൂതി വിട്ടു. കൂട്ടിലെ കുറുക്കൻ അന്ന് ആദ്യമായി നിശ്ശബ്ദനായി. എളേപ്പൻ വല്ലാതെ അസ്വസ്ഥനായിരുന്നു. അതിന്റെ ഓരിയിടലിന് വേണ്ടിയാവാം കൂട്ടിന്റെ മരയഴികൾക്കുമേലെ ചൂരിമുള്ളിന്റെ വടിയെടുത്ത് എളേപ്പൻ ആഞ്ഞടിച്ചു. ഞരക്കം പോലും വിട്ട് കൂടുതൽ നിശ്ശബ്ദനായി അത് കൂട്ടിന് മൂലയിൽ പതുങ്ങി. മാജിക്കിന് വേണ്ടിയുള്ള ഡയലോഗുകൾ ഒന്നുകൂടി ഉറപ്പിക്കുകയായിരുന്ന എനിക്കതുകണ്ട് ചിരി വന്നു. കൂട്ടിന് തല്ലിത്തളർന്ന് എളേപ്പൻ ഉമ്മറപ്പടിയിൽ വീണ്ടും ഇരുന്ന് ബീഡി വലിക്കാൻ തുടങ്ങി. ചിമ്മിനി വിളക്ക് അണച്ച് ഞാൻ ചുരുണ്ട് കിടന്നു.

എനിക്ക് മനസ്സിലായി, എളേപ്പന്റെ മായാജാലം നാളെയും പരാജയമാകും.

കരുതിയപോലെ സംഭവിച്ചില്ല. എളേപ്പന്റെ മായാജാലം ആദ്യമായി വിജയിച്ചു. സൗകര്യം കുറവായിട്ടും എളേപ്പന്റെ മൂവാളംകുഴി ചാമുണ്ഡി സ്റ്റേജിൽ പത്തുമിനിട്ടോളം അദൃശ്യമായി. എന്റെ ചെണ്ട കൊട്ടലും തോറ്റം പാടുന്നത് പിഴച്ചിട്ടും എളേപ്പൻ സ്റ്റേജിൽ നിറഞ്ഞാടി. സ്റ്റേജിൽ ചെമ്പിൻ തട്ടുകൾ ഉണ്ടോയെന്ന് നോക്കും നേരം, ഒരു ഹിപ്നോട്ടുകാരനെപ്പോലെ കൈകൾ വിടർത്താൻ ആവതും ശ്രമിച്ച്, "കൺകെട്ട് വഴികളുടെ പതിവുസ്റ്റെപ്പുകൾ മാറി ചവിട്ടുന്ന, നിങ്ങൾക്ക് മറക്കാനൊരിക്കലും കഴിയില്ലെന്ന് ഉറപ്പാക്കാവുന്ന, നിങ്ങളുടെ നെഞ്ച് പറിച്ചെടുക്കുന്നത് പോലുള്ള അനുഭവം ഇതാ, ഇപ്പോൾ, ഇവിടെ... നിങ്ങളുടെ മൂർത്തദൈവം മൂവാളംകുഴി ചാമുണ്ഡിയമ്മ ഇതാ ഇപ്പോൾ പത്തുമിനിട്ടോളം അപ്രത്യക്ഷമാകുന്നു." എന്ന് ഞാൻ വലിയ ഒച്ചയിൽ പറഞ്ഞു തീർത്തതും എളേപ്പൻ അപ്രത്യക്ഷനായി. കാണാൻ വന്ന വയസ്സായ സ്ത്രീകൾ ഭയഭക്തിയാൽ ഉറക്കെ കരഞ്ഞു. എനിക്ക് കുളിര് കോരി.

മടങ്ങുമ്പോൾ എന്തോ എളേപ്പൻ എന്റെ കൈ മുറുകെ പിടിച്ചു. എത്ര നിർബ്ബന്ധിച്ചിട്ടും തെയ്യത്തെ സ്റ്റേജിൽ അദൃശ്യമാക്കിയതിന്റെ രഹസ്യം എളേപ്പൻ എന്നോട് പറഞ്ഞില്ല. വീട്ടിലേക്കുള്ള വഴി തിരിയുമ്പോൾ "ഞാനിപ്പോൾ വരാം, നീ നടന്നോ" എന്നു പറഞ്ഞ് എളേപ്പൻ നേരെ നടന്നു.

കോരേട്ടന്റെ റിക്ഷ വന്നിരുന്നില്ല. സന്തോഷം അടക്കിവെക്കാനാവാതെ എളേപ്പൻ തെയ്യമായി അദൃശ്യനായത് ഞാൻ കളത്തിൽ നിന്ന് വിളിച്ചു പറഞ്ഞു. അടുപ്പിൻ തിണ്ണയിലിരുന്ന് അരിക്ക് വിറകുന്തുന്നുണ്ടായിരുന്ന എളേമ്മ എന്റെയടുത്തു വന്നു. വല്ലാത്ത ഭീതിയും വേവലാതിയും എളേമ്മയുടെ കണ്ണുകളെ വലയം ചെയ്തിരിക്കുന്നത് ഞാൻ കണ്ടു. ഒരിടത്തും ഏകാഗ്രമാകാതെ എളേമ്മ ഇരുട്ടിൽ അങ്ങുമിങ്ങും ശിരസ്സ് ചെരിച്ചു.

എളേപ്പൻ ചുമലിൽ ഒരു ചാക്കുമായാണ് മടങ്ങി വന്നത്. അടുക്കളയിലേക്ക് നേരെ കയറി എളേപ്പൻ നിലത്തേക്ക് ചാക്ക് കമഴ്ത്തി. എണ്ണ

മില്ലാത്ത വവ്വാലിന്റെ കുഞ്ഞുങ്ങൾ നിലത്തു വീണു. ഒരു കീറകരിമ്പടം വിരിച്ചിട്ടതുപോലെ തോന്നി എനിക്ക്. മിക്കതിന്റെയും ജീവൻ നിലച്ചിരുന്നു. ശ്വാസത്തിന്റെ നേർത്ത മിടിപ്പുള്ള ചിലവ നിസ്സഹായതയോടെ കരഞ്ഞു. എനിക്ക് വല്ലാതെ വീർപ്പുമുട്ടി: 'പടിഞ്ഞാറില്ലത്തെ ഗുഹയില് കേറിയപ്പോ കിട്ട്യതാണ്... തിളപ്പിച്ച വെള്ളത്തിൽ ഒന്നിച്ചിട്ടാൽ മതി. തോല് വേഗം പറിഞ്ഞ് കിട്ടും...' എളേപ്പന്റെ മുഖം വല്ലാതെ ക്രൗര്യമായി. എളേമ്മ ഒന്നും മിണ്ടാത്തതെന്താണെന്ന് എനിക്കാശ്ചര്യമായി. "മരിച്ചവരുടെ ആത്മാക്കളാണ് എല്ലാം. ഇതാ ഞാനിപ്പം ആത്മാക്കളേയും കൊല്ലാൻ പോകുന്നു...." എളേപ്പൻ സാമാന്യം ഉച്ചത്തിൽ ചിരിച്ചു. പിറകിലെ പാറക്കെട്ടുകൾക്കിടയിൽ കുറുക്കൻമാരുടെ ഓരിയിടൽ ഉയർന്നു. എളേപ്പൻ മിണ്ടാതെ കൂട്ടിനടുത്തെത്തി. കൂട്ടിലെ കുറുക്കൻ പതിവിലധികം നിശ്ശബ്ദനായിരുന്നു. എളേപ്പൻ കൂട് തുറന്ന് ചൂരിമുള്ള് കൊണ്ട് കൂട്ടിനടിച്ചു. അത് പുറത്ത് വന്ന് എളേപ്പന് ചുറ്റും വട്ടം പിടിച്ചു. ഓരോ വട്ടം വരയലിലും അത് എളേപ്പനെ തന്നെ നോക്കി. പാറക്കൂട്ടങ്ങൾക്കിടയിൽ നിന്ന് കുറുക്കന്മാരുടെ ഓരിയിടൽ അവസാനിച്ചിരുന്നില്ല. പൊടുന്നനെ എളേപ്പൻ ചൂരിമുള്ള് അതിന്റെ പുറത്ത് ആഞ്ഞടിച്ചു. ദീനമായി മോങ്ങിക്കൊണ്ട് അത് പാറക്കൂട്ടങ്ങൾക്ക് നേർക്കു പാഞ്ഞു. ഇരുട്ടിലത് പൂർണ്ണമായും മാഞ്ഞപ്പോൾ എളേപ്പൻ വായിലെ ബീഡി വഴിയിലേക്ക് തുപ്പിക്കളഞ്ഞു.

കോരേട്ടന്റെ റിക്ഷയുടെ ഹോണടി അന്ന് കേട്ടില്ല. രാത്രിയിലൊരു വട്ടം മൂത്രമൊഴിക്കാൻ എഴുന്നേറ്റപ്പോൾ എളേപ്പൻ എളേമ്മയെ വിവസ്ത്രയാക്കുന്നത് ഞാൻ കണ്ടു. എളേമ്മയെ ഒന്നു നോക്കുകപോലും ചെയ്യാത്ത ആളാണ്, 'ഏ മോനേ....' എന്ന് ഞാൻ മനസ്സിൽ വിളിച്ചു. ഞാൻ വേഗം പുൽപ്പായയിൽ മൂടിപ്പുതച്ച് ചുരുണ്ട് കിടന്നു.

"നിന്റെ എളേപ്പനെ കാണാനില്ലടാ..." എന്ന എളേമ്മയുടെ വിളി കേട്ടാണുണർന്നത്. രാത്രിയിലെ സ്വപ്നത്തിൽ ഞാൻ പലവട്ടം മാജിക്കുകാരനാവുകയും ജീവിതം ഒരു മായാജാലമാണെന്ന് ആവർത്തിക്കുകയും എളേപ്പനെപ്പോലെ ദീർഘനേരം നിശ്ശബ്ദനാവുകയും ബീഡി അറ്റംവരെ വലിക്കുകയും കാരണമില്ലാതെ ചിരിക്കുകയും ചെയ്തിരുന്നു. അതുകൊണ്ടുതന്നെ എളേമ്മയുടെ നിലവിളി തങ്ങിയ പറച്ചിൽ കേട്ടപ്പോൾ എനിക്ക് വെപ്രാളമോ ആശ്ചര്യമോ വന്നില്ല. കൺപോളകളിൽ പറ്റിക്കിടന്ന ചമറുകൾ വിരലിൽ എടുത്തു കളഞ്ഞ് ഞാൻ പാറക്കെട്ടുകൾക്കടുത്തേക്ക് നടന്നു. ഞാൻ പ്രതീക്ഷിച്ചതു തന്നെയായിരുന്നു. പാറക്കൂട്ടങ്ങൾക്കരികിലെ പറങ്കിമാവിന്റെ മനുഷ്യമുഖം പോലെ വക്രിച്ച കൊമ്പിൽ കെട്ടിയ കിണറിന്റെ കയറിൽ ഒരു ഘടികാരത്തിന്റെ പെൻഡുലമായി എളേപ്പൻ തൂങ്ങിയാടുന്നുണ്ടായിരുന്നു. "വിജയിക്കുമ്പോഴാണ് ഒരാൾ എല്ലാ അർത്ഥത്തിലും തോറ്റു പോകുന്നത്." എന്ന് എളേപ്പൻ പറഞ്ഞത് ഞാൻ സ്വയം ആവർത്തിച്ചു. പറങ്കിമാവിൽ നിന്നും കുറച്ചു മാറി എളേപ്പൻ വളർത്തിയ കുറുക്കനും ചത്തു കിടന്നിരുന്നു. അതിന്റെ

കണ്ണുകൾ എളേപ്പനിൽ നട്ട് കിടന്നത് യാദൃച്ഛികമായി. മണ്ണട്ടയും തവളയും അന്യോന്യം നെടുവീർപ്പിട്ട അദൃശ്യനിയമം എനിക്കോർമ്മ വന്നു. ഞാൻ പാറക്കെട്ടുകളിലൊന്നിൽ കുത്തിയിരുന്നു. ഇടംകൈയിലുണ്ടായിരുന്ന കമ്യൂണിസ്റ്റ് പച്ചയുടെ ഉണങ്ങിയ വടി ഒരു ബീഡി പോലെ നീട്ടിപിടിച്ചു. എളേമ്മ പാറക്കൂട്ടത്തിലേക്ക് അള്ളിപ്പിടിച്ചപ്പോൾ എനിക്ക് ചിരി വന്നു, ചുണ്ടുകൾ എളേപ്പന്റേതുപോലെ വക്രിച്ചു.

അഞ്ച് കുട്ടിക്കഥകൾ

വൃത്തി

മൂന്നുമണിക്ക് ഒരു ടാറ്റാസുമോയിൽ വിദേശികളായ ഗവേഷകർ അംഗൻവാടിയിലെത്തിയപ്പോൾ വെപ്രാളത്തിന്റെ വാതിൽപ്പടിയിൽ പിടിച്ച് എന്തുചെയ്യണമെന്നറിയാതെ പുഷ്പടീച്ചർ നട്ടംതിരിഞ്ഞു. കുട്ടികൾക്ക് ഉച്ചക്കഞ്ഞി കൊടുക്കുമ്പോഴാണ്, രണ്ടരമണിയാവുമ്പോൾ വിദേശികൾ വിസിറ്റിങ്ങിന് വരുമെന്ന് വാർഡ്മെമ്പർ ഫോൺവിളിച്ച് പറയുന്നത്. പിന്നെ ഒരു നൂറ് മീറ്റർ ഓട്ടത്തിലെ മത്സരാർത്ഥിയെപ്പോലെയായി പുഷ്പടീച്ചർ. അംഗൻവാടിയും പരിസരവും അടിച്ചുവൃത്തിയാക്കി. അകത്ത് മൂലയിൽ ഒരു മൺശില്പം പോലെയുണ്ടായിരുന്ന വേട്ടാളിയന്റെ കൂടുപൊളിച്ച് മൂലയെ മട്ടകോണിലേക്ക് തിരിച്ചുകൊണ്ടുവന്നു. ചൂല് തറയിലെ പൊടികളയാൻ ശ്രമിക്കുന്തോറും ഒരു വേരുപോലെ ഉമ്മറംവരെ നീണ്ടുനിന്ന പൊട്ടലിൽനിന്ന് മൺതരികൾ പൊന്തിവന്നു. ഒരു വനിതാ വാരികയുടെ സിൽക്ക്പോലുള്ള പേജുകൾ കീറിയെടുത്ത് പൊട്ടലിൽ മടക്കിവച്ച് പുഷ്പടീച്ചർ മണ്ണിട്ടുമറച്ചു. അനന്തരം കുട്ടികളെ വേഷത്തിലും ഭാവത്തിലും ആവുംവിധം നേരെയാക്കി. കുടുക്കുപൊട്ടി കാറ്റിൽ ദിശയില്ലാതെ പാറിക്കൊണ്ടിരുന്ന ഷർട്ടുകളും ഫ്രോക്കുകളും മുള്ളുകുത്തിക്കൊണ്ട് യോജിപ്പിച്ചു. നിവർത്തിയിരുന്ന കോളറുകൾ മടക്കി. മൂക്കട്ട കളഞ്ഞു. മുഖവും കാലും കഴുകിച്ചു. മുടി ചീകിയൊതുക്കി. കുട്ടികളെ ഉറക്കി, സാരികുടഞ്ഞുടുത്ത് വാതില്ക്കൽ ഉച്ചക്കാറ്റും കൊണ്ട് അങ്ങനെ നില്ക്കുമ്പോഴാണ് ടാറ്റാസുമോയുടെ വരവ്. അപരിചിതർ വരുമ്പോൾ സംഭ്രമത്തിന്റെ വിറയൽ പുഷ്പടീച്ചറുടെ ജീവിതത്തിൽ സ്ഥിരമാണ്. ആവുംവിധം എല്ലാം ചെയ്തുവെച്ചാലും 'ഒന്നും ശരിയായില്ല' എന്ന് മനസ്സ് വേവലാതിപ്പെടും.

ടാറ്റാസുമോ അംഗൻവാടിയുടെ ചരൽമുറ്റത്ത് ബ്രേക്കിടുന്നത് കടൽത്തിരയടിക്കുന്നതുപോലെയായി. അതിന്റെ ഒച്ചയിൽ ഞെട്ടിയുണർന്ന് ചില കുട്ടികൾ എഴുന്നേറ്റിരുന്ന് കരയാൻതുടങ്ങി. ബാക്കിയുള്ളവരെ ആയയായ രുഗ്മിണി എഴുന്നേല്പിച്ചു. കൂലിപ്പണിക്കാരൻ രത്നാകരന്റെ മകൻ പ്രഫുല്ല് മാത്രം എഴുന്നേറ്റില്ല. രുഗ്മിണി വിളിച്ചുണർത്താൻ ശ്രമിച്ചെങ്കിലും അവൻ ഒച്ചിനെപ്പോലെ മൂലയിൽ ചുരുണ്ടുകൂടി. നാലു വയസ്സായെങ്കിലും ട്രൗസറ് ഇടാൻ ഇപ്പോഴും മടിയാണ്. അംഗൻവാടിയിലെത്തിയപാടെ ട്രൗസറ് തൊപ്പിയാക്കി അവൻ തന്റെ 1947 ആഗസ്ത് 15 ലോകത്തെ കാട്ടും. പുഷ്പടീച്ചർക്ക് വലിയ മടുപ്പായിരുന്നു പ്രഫുല്ലിനെ. രത്നാകരന്റെ തറസ്വഭാവമാണ് ഇവനു കിട്ടിയതെന്ന് അവർ പ്രാകുമായിരുന്നു. ഇന്ന് ഇതുവരെയായിട്ടും എന്തോ അവൻ ട്രൗസർ ഊരിയില്ല. മുന്നിലെ ക്ലിപ്പ് പോയതുകൊണ്ട് രണ്ട് തലയും പൊക്കിളിനടുത്തായി കൂട്ടിക്കെട്ടി അവൻ അരയിൽത്തന്നെ ട്രൗസറിനെ നിർത്തിയിരുന്നു. പ്രഫുല്ല് ഉണരാത്തതിൽ പുഷ്പടീച്ചർ സന്തോഷിച്ചു. ശല്യം അത്രയെങ്കിലും കുറഞ്ഞുവല്ലോ.

വിദേശികൾ ട്രാൻസിലേറ്ററുടെ സഹായത്തോടെ അംഗൻവാടിയുടെ ചരിത്രവും പരിസരവും പുഷ്പടീച്ചറോട് ചോദിച്ചു. എല്ലാത്തിനും തനിക്കാവുംവിധം രജിസ്റ്ററുകളുടെയും മറ്റും സഹായത്തിൽ ടീച്ചർ വിശദീകരിച്ചു. കുട്ടികൾ ടീച്ചർ പറഞ്ഞതനുസരിച്ച് മുന്നിൽവന്നുനിന്ന് പരിപാടികൾ അവതരിപ്പിച്ചുതുടങ്ങി. റോസിലിസിസിലി എന്ന ഇംഗ്ലണ്ടുകാരി നിലത്തിരുന്ന് തന്റെ വീഡിയോക്യാമറ കുട്ടിക്ക് താഴെനിന്ന് മേലേക്കും തിരിച്ചും സൂം ചെയ്തു. ഇതിനിടയിൽ ഉറക്കത്തിൽ പ്രഫുല്ല് പണിപറ്റിച്ചു. ഏതോ ഒരു തകർപ്പൻ സ്വപ്നത്തിലായിരുന്നു അവൻ, അവന്റെ ചുണ്ണി അതിന്റെ ആവേശത്തിലായി. ബട്ടണില്ലാത്ത ട്രൗസറിനിടയിലൂടെ മൂത്രം തറയിലേക്ക് ഇറങ്ങിവന്നു. പുഷ്പടീച്ചർ പോട്ടലിൽവെച്ച സിൽക്ക് പേജുകളിലൂടെ അത് ഒരു ജാഥയുടെ തുടക്കം കുറിച്ചു. ബോഡിബിൽഡിങ്ങിലെ കാൽമസിലിന് മുകളിലൂടെ, കേന്ദ്രമന്ത്രിയുടെ ബജറ്റ്പെട്ടി തൊട്ട്, ഒരു ബൈക്കിന്റെ സ്റ്റിയറിങ്ങിലൂടെ, സിനിമാനടി നീട്ടിപ്പിടിച്ച ഫേഷ്യൽക്രീമും കടന്ന് അത് റോസിലിസിസിലിയെ ഉപരോധിച്ചു. ഉപരോധം അക്രമാസക്തമായപ്പോൾ കുട്ടികളുടെ ചിരിപൊട്ടി. കുട്ടികളിൽനിന്ന് ആമയും മുയലും ഇറങ്ങിയോടി. മരപ്പൊത്തിൽ വച്ച ഹൃദയമെടുക്കാൻ കുരങ്ങൻ മുതലപ്പുറത്തിരുന്ന് പുഴകടന്നു. വലയിൽ കെണിഞ്ഞ പ്രാവുകൾ വലയും കൊണ്ട് ഒന്നിച്ചുപറന്നു. വേനലിന്റെ മാങ്ങാച്ചെനമണം നിറഞ്ഞ കാറ്റ് അംഗൻവാടിക്കുള്ളിലേക്ക് അടിച്ചുവന്നു. ജാലകത്തിനരികിൽ വെയിൽ വന്നുനിന്നു. മുറ്റത്തെ വാളിൻമരം കാറ്റിൽ ആംഗ്യപ്പാട്ട് പാടിയത് അപ്പോഴായിരുന്നു.

മാഷ്

ഈശ്വരൻ മാഷ് പേടിപ്പിച്ച് വിട്ട കണക്കിന്റെ വഴിക്ക് പിന്നെ ഞാൻ

പോയിട്ടില്ല...

വർഷങ്ങളേറെ കഴിഞ്ഞ് കാരിച്ചിയേട്ടിയുടെ വീട്ടിൽ റാക്ക് (ചാരായം) കുടിച്ചിരിക്കെ അവിടേക്ക് ഈശ്വരൻ മാഷ് വന്നു.

ഞാൻ കണക്ക് പേടിച്ച് അപ്പുറത്ത് കൂടി പായാൻ നോക്കുമ്പം ഈശ്വരൻ മാഷ് എന്നെ കൈകൊട്ടി വിളിച്ചു.

മാഷും ഞാനും ആയി പിന്നെ കമ്പനി.

ലഹരി ആകാശം തൊട്ടപ്പോൾ ഞാൻ മാഷിനെ 'ഡാ, ഈശ്വരാ...' എന്നൊരൊറ്റ വിളി...

'എന്തോ...' എന്ന് മാഷ്.

'ആറും മൂന്നും ഗുണിച്ചാൽ എത്രയാടാ..'

ഞാൻ ചോദിച്ചു.

'24'

'കൈ നീട്ടെടാ...'

ഞാൻ ആജ്ഞാപിച്ചു.

മാഷ് കൈ നീട്ടി.

കൈവെള്ള മുഖത്തോട് ചേർത്തുപിടിച്ച് ഞാൻ കരഞ്ഞു എന്നാണ് ഓർമ്മ.

അപ്പോഴേക്കും എന്റെ ബോധം പോയിരുന്നു...

അവസാനത്തെ സ്ഥലം

മദ്യത്തിന്റെ കൂടെ അല്പമല്ലാത്ത വിഷം ചേർത്തുകഴിച്ച് ജനറൽ കമ്പാർട്ട്മെന്റിൽ ലഗേജ് വയ്ക്കുന്നയിടത്ത് കിടന്നിരുന്ന സുന്ദരനും സൽസ്വഭാവിയുമായ ചെറുപ്പക്കാരനടുത്തേക്ക് 8 വയസ്സുള്ള കുട്ടിയുടെ രൂപത്തിൽ ദൈവം പ്രത്യക്ഷപ്പെട്ടു. കുട്ടിയുടെ അച്ഛൻ കുട്ടിയേയും കൂട്ടി ഈ ട്രെയിൻ അവസാനിക്കുന്ന സ്ഥലത്തേക്ക് പോവുകയായിരുന്നു. അച്ഛന്റെ ഭാര്യ അതായത് കുട്ടിയുടെ അമ്മ 22 വയസ്സുള്ള ഒരു ചെറുപ്പക്കാരനൊന്നിച്ച് ഒളിച്ചോടിയതിൽ പ്രതിഷേധിച്ച് നാട് വിട്ട് വരികയായിരുന്നു അയാൾ. കമ്പാർട്ട്മെന്റ് മൊത്തത്തിൽ ഇളക്കിമറിച്ച് ക്ഷീണം തീർക്കാൻ വിശ്രമിക്കുമ്പോഴാണ് കുട്ടി ചെറുപ്പക്കാരനെ കാണുന്നത്. ഫാൻ തന്നെ നോക്കിയുള്ള ചെറുപ്പക്കാരന്റെ കിടത്തം കുട്ടിക്ക് കണ്ണിൽ പിടിക്കാത്തത് സ്വാഭാവികം. അച്ഛന്റെ ചുമലിൽ കയറി കുട്ടി ചെറുപ്പക്കാരനടുത്ത് ഇരുന്നു. കുട്ടി ചെറുപ്പക്കാരനെ നോക്കി ഇല്ലാത്ത മീശ പിരിച്ചു. ചെറുപ്പക്കാരൻ കുട്ടിയെ നോക്കിയില്ല. കുട്ടി അയാളുടെ കൈ പിടിച്ച് തിരിക്കാൻ ശ്രമിച്ചു. അയാൾ കൈ തട്ടി മാറ്റി. കുട്ടി അയാളുടെ ചെവിയിൽ 'നാരങ്ങപ്പാല് ചൂടിക്ക് രണ്ട്..' എന്ന കളിപ്പാട്ട് ചെവിയിലേക്ക് കാറ്റിന്റെ ഒച്ചയിൽ പാടിക്കൊടുത്തു. അയാൾ ചെവി പൊത്തി. കുട്ടി അയാളുടെ കൺപുരികം പതുക്കെ തടവി, അയാൾ മുഖം തിരിച്ചു. ഇത് വലിയ ശല്യമായല്ലോ എന്ന ഭാവം അയാൾക്കും 'ഇയാൾ എന്നേക്കാളും കുട്ടിയാണല്ലോ' എന്ന തോന്നൽ കുട്ടിക്കും. അയാളുടെ വായ ബല

പൂർവ്വം തുറന്ന് കുട്ടി ഒരു നാരങ്ങമിഠായി ഇട്ടപ്പോൾ ചെറുപ്പക്കാരൻ അറിയാതെ ചിരിച്ച് പോയി. ശേഷമുള്ള സമയം കുട്ടിക്ക് വേണ്ടിയായി ചെറുപ്പക്കാരൻ.

അവസാനത്തെ സ്റ്റോപ്പെത്തി. ചെറുപ്പക്കാരൻ അവശനായി. കുട്ടി അയാൾക്കൊരു ഉമ്മ കൊടുത്തു. അയാളുടെ കണ്ണ് അപ്പോൾ നിറഞ്ഞു. കുട്ടിയെ അച്ഛൻ താഴേക്കിറക്കി. കുട്ടിയിൽ തന്നെ കാഴ്ച ഉറപ്പിച്ച് അയാൾ അവിടെത്തന്നെ കിടന്നു.

വണ്ടി നിന്നു. ഇറങ്ങുമ്പോൾ കുട്ടി അയാൾക്കൊരു റ്റാറ്റ കൊടുത്തു. തിരിച്ച് കൈ വീശുമ്പോൾ അയാളെ അമ്പരപ്പിച്ച് കൊണ്ട് ജീവിതത്തിലേക്ക് തിരിച്ച് നടക്കുക എന്ന വലിയ ആഗ്രഹം മഴയായി. ശ്വാസം വിറച്ചു.വാക്കുകൾ കുടുങ്ങി.ഉള്ളിൽ ചൂട് പടർന്നു.

കുട്ടി തിരിഞ്ഞുനോക്കുന്നതും കാത്ത് അയാൾ അങ്ങനെ കിടന്നു.

അമ്മാവനെ എറിയൽ

ഉറുപ്പെട്ടിയിൽ നാടകത്തിന്റെ കരടിത്തലയ്ക്ക് പരതുമ്പോൾ കള്ളിയിൽ നിന്ന് എനിക്കൊരു പഴയ കാസറ്റ് കിട്ടി. അരിക് മഞ്ഞപിടിച്ചിരുന്നു. ആണികൾ ഇളകിപ്പോയിരുന്നു. കൈയും കാലും വെറുതെയിരിക്കുന്നതുകൊണ്ട് ഞാൻ കാസറ്റിന്റെ ചക്രത്തിൽ മഷി തീർന്ന ബോൾപെന്നിട്ട് ഓലതിരിച്ചു. കാസറ്റിലെ പൊടികളഞ്ഞ് ടേപ്പിലിട്ടു. മരിച്ചുപോയ അമ്മാവൻ വെള്ളമടിച്ച് കെ പി എ സി ഗാനങ്ങൾ വരിതെറ്റിച്ച് പാടുന്നത് ഞാൻ കേട്ടു. വെള്ളാരംകുന്നിലെ കാറ്റിനെ വിളിക്കുന്നു, മനുഷ്യപുത്രന് മണ്ണിലിടമില്ല എന്ന് പറയുന്നു, ബലികുടീരങ്ങളേ എന്ന് നിലവിളിക്കുന്നു, ചില്ലുമേടയിലിരുന്ന് കല്ലെറിയല്ലേയെന്ന് അപേക്ഷിക്കുന്നു. ടേപ്പ് പൊട്ടിച്ച് പഴയകാലം പിടിച്ച് അമ്മാവനിപ്പോൾ വരുമെന്ന് ഞാൻ പേടിച്ചു. ശരിയാണ്, ഓല ഹെഡ്ഡിൽ കുടുങ്ങി. ഓല പൊട്ടിച്ചെടുത്ത് ഞാൻ ജാലകത്തിലൂടെ അമ്മാവനെ കുന്നിനപ്പുറം ലക്ഷ്യമാക്കിയെറിഞ്ഞു. ഇപ്പോൾ കുന്നിൻമുകളിലെ കുറ്റിച്ചെടികൾ തൊട്ട് ജാലകത്തിനരികിലെ വെങ്കണമരം വരെ അമ്മാവന്റെ ഓർമ്മകൾ പോലെ കാസറ്റിന്റെ ഓല നീണ്ട് കിടക്കുന്നു. ആശ്വാസമായി, വെങ്കണ മരത്തിലിരുന്ന് കാലത്തെ പ്രാകുന്ന കാക്കകളെ പായിക്കുന്നു, ഇപ്പോൾ അമ്മാവന്റെ ഓർമ്മകൾ!

ഐ സി യു

രാത്രി.

ആശുപത്രിയുടെ ഏഴാം നിലയിലുള്ള ഐ സി യുവിന് മുന്നിൽ നടുവളച്ച് അങ്ങനെ നില്ക്കുകയാണ്.

സുഹൃത്ത് അകത്ത് കിടക്കുന്നു.

ഐ സി യു - ഞാൻ നിന്നെ കാണുന്നു എന്ന് മരണം ഒപ്പിടുന്നു.

മരവിച്ച മനസ്സോടെ ഇരിക്കുകയും നില്ക്കുകയും നടക്കുകയും

ചെയ്യുന്നവർ.
എതിർ വശത്തായി ലേബർ റൂം.
പ്രതീക്ഷയോടെ ആളുകൾ അവിടെയും കൂടിനില്ക്കുന്നുണ്ട്.
തിരക്കേറുന്നു.
ഒരു വശത്തേക്ക് മാറി നിന്നു.
തുറന്നുവെച്ച ജനലിലൂടെ വെളിച്ചത്തിൽ കുളിച്ചു കിടക്കുന്ന നഗരം.
വാഹനങ്ങൾ ഉറുമ്പുകൾ പോലെ.
തിരക്കൊഴിയാതെ മനുഷ്യർ.
ഇരുട്ടിനെ മായ്ച്ച് കളയാനുള്ള നഗരത്തിന്റെ വെമ്പൽ.
ഒരാൾ പിറകിൽ വന്നു തൊട്ടു.
പ്രിയപ്പെട്ടവൾ അമ്മയായതിന്റെ സന്തോഷം.
അയാൾ മധുരം നീട്ടി.
വാങ്ങുമ്പോൾ ഐ സി യുവിന് മുന്നിൽ നിന്ന് ഒരു നിലവിളി ഉയർന്നു....

കാക്കയുടെ എണ്ണ

ശാറങ്ങനായിരുന്നൂ കള്ളനും പൊലീസും കളിക്കാമെന്ന് പറഞ്ഞത്. ഇലകൾ കളഞ്ഞ് കമ്യൂണിസ്റ്റ് പച്ച ഒരു ലാത്തിയാക്കി അവൻ നേർത്ത് പെയ്യുന്ന മഴയിലേക്ക് ചുഴറ്റി. രമേശനും സുബൈദയും പൊരിയുണ്ട പൊതിഞ്ഞ പത്രക്കീറിലെ കണ്ണും കൈകളും കെട്ടിയിട്ട ഇറാഖിത്തടവുകാരനെ മർദ്ദിക്കുന്ന പൊലീസുകാരനെ നോക്കുകയായിരുന്നു. തടവുകാരന്റെ അമ്മയാവാം, മദ്ധ്യവയസ്കയായ ഒരു സ്ത്രീ പൊലീസുകാരന്റെ കാലിൽ വീണ് നിലവിളിക്കുന്നുണ്ട്. കുശാല് കളിക്കാൻ അടുത്തുവന്ന തന്റെ പശുവിനെ കമ്യൂണിസ്റ്റ് പച്ച കൊണ്ട് വിരട്ടി, ശാറങ്ങൻ അതാവർത്തിച്ചു. പിന്നെ രമേശനെ നോക്കി ഊറിച്ചിരിച്ചു: “നിങ്ങൊ രണ്ടാളും പോലീസാവ്. കള്ളന്റെ മോൻ കളീലെങ്കിലും പൊലീസാവൂലോ..!” രമേശനിൽ നിന്ന് ഒരു സിബിമലയിൽ സിനിമയിലെ ശോകരംഗം പ്രതീക്ഷിച്ചൂ ശാറങ്ങൻ. സുബൈദയ്ക്ക് രമേശനോട് വല്ലാത്ത പാവം തോന്നി. എന്നാലവൻ ശാറങ്ങന് ചിരി മടക്കിക്കൊടുത്ത് പത്രക്കീറ് കൈയിലെ നോട്ടുപുസ്തകത്തിൽ വെച്ചു. രമേശേട്ടന്റെ ചിരിക്കുന്ന മുഖം കണ്ട് സുബൈദയ്ക്ക് സന്തോഷമായി. തലയിൽ നിന്ന് തട്ടമെടുത്ത് കഴുത്തിൽ ഉറുമാലയാക്കി കെട്ടി അവളൊരു പൊലീസായി. “ശാറങ്ങേട്ടാ, ഞങ്ങൊ എണ്ണാൻ പോവൂന്നൂ...” പേത്താളൻ മരത്തിന് അവൾ മുഖം ചേർത്തു. “നില്ക്ക്, ഒരു മിനുട്ട്... ഞാൻ ഈ പയ്യിനെ അഴിച്ച് കെട്ടട്ട്....” ശാറങ്ങൻ പശുവിനെയുമഴിച്ച് കുന്നിറങ്ങി. പേത്താളൻ മരത്തിന്റെ വലിയൊരു ഇല പറിച്ചെടുത്ത് അവൾ ഈർക്കിൽ കൊണ്ട് കണ്ണുകളുണ്ടാക്കി. അത് അവൾ മുഖത്തിന് പിടിപ്പിച്ച്, അരിച്ചാക്ക് നോക്കി നിലത്ത് കൈ കുത്തിയിരിക്കുന്ന രമേശനെ പേടിപ്പിക്കാൻ ശ്രമിച്ചു. അവൻ മുഖം തിരിച്ച് അവൾക്ക് സ്നേഹം നിറഞ്ഞ ചിരി കൊടുത്തു.

"ഓ, ഈ രമേശേട്ടൻ... ഒരു പേടിയുമില്ല. ഈട ഞാനായിരുന്നെങ്കി പേടിച്ച് തൂറിപ്പോയേനേ..." കല്ലുകൾക്കിടയിൽ നിന്ന് ചാറൽമഴ നോക്കിയ ഒരു ചീയേതിപ്പൂവ് പറിച്ച് രമേശൻ അവൾക്ക് നേരെയെറിഞ്ഞു. "നീ സ്കൂളിന്ന് അരി വാങ്ങീനോ സുബൈദാ..." ഇലയുടെ മുഖംമൂടി കൈകളിൽ പൊടിച്ച് അവൾ മറുപടിച്ചു: "ഉമ്മ വന്ന് കെണ്ടോയി... രമേശേട്ടൻ അനിയത്തീരെ മേണിച്ചതായിരിക്കും അല്ലേ...." അവൻ തലയാട്ടി. ട്രൗസറിന്റെ കീശയിൽ നിന്ന് പുഴുങ്ങിയ ചക്കക്കുരുക്കളെടുത്ത് അവൾക്ക് നേരെ നീട്ടി. "ആ എണ്ണാൻ തൊടങ്ങിക്കോ..." കുന്നിൻച്ചെരിവിൽ നിന്ന് ശാറങ്ങന്റെ കൂറ്റ് പ്രതിദ്ധ്വനിയായി. ഒരു കാറ്റ് വന്നു. പറങ്കിമാവിന്റെ ഇലകളിലെ മഴ നിലത്തു വീണു. ചക്കക്കുരു കൈയിൽ ചുരുട്ടിപ്പിടിച്ച് പേത്താളൻ മരത്തിന് മുഖം മറച്ച് സുബൈദ നൂറുവരെ എണ്ണിത്തുടങ്ങി. തോളിലിറുക്കിയിരുന്ന നോട്ടുപുസ്തകം രമേശൻ അരിച്ചാക്കിൽ വെച്ചു. അവനെയൊന്ന് ആക്കിച്ചിരിച്ച് നാരായണേട്ടൻ വഴി കടന്നുപോയി. നാരായണേട്ടന്റെ ഇടംകൈയിലെ പച്ചോലയുടെ ഈർക്കിൽ കൊണ്ടുണ്ടാക്കിയ കോവയിൽ തൂങ്ങി വായുവിൽ വാലുകൊണ്ട് ജീവിതമെഴുതുന്ന കുരുഡൻ മത്സ്യത്തിൽ അവൻ കാഴ്ചയിട്ടു. രമേശന്റെ ഓർമ്മയിൽ അച്ഛൻ ആദ്യമായി കള്ളനാകുന്നത് കിഴക്കേ ഇല്ലത്ത് വളപ്പിൽ നിന്ന് തേങ്ങയെടുത്തതിന് പിടിച്ചപ്പോഴായിരുന്നു. രണ്ട് തേങ്ങയും ഇരച്ച് കെട്ടി പാലം കടക്കുമ്പോഴാണ് അച്ഛനെ സെയ്തുക്ക പിടിച്ചത്. എന്തെങ്കിലും പറയാൻ കഴിയുംമുമ്പ് അച്ഛന് മുഖമടച്ച് രണ്ട് അടിവീണു. സ്വതവേ മെലിഞ്ഞ അച്ഛൻ അടിയേറ്റ് വെള്ളത്തിൽ വീണു. രമേശൻ സ്കൂൾ വിട്ട് വരുംവഴിയായിരുന്നു. അച്ഛനെ പാലത്തിലേക്ക് വലിച്ചു കയറ്റി സെയ്തുക്ക വീണ്ടും പ്രഹരിക്കാൻ തുടങ്ങിയപ്പോൾ നിലവിളിയോടെ രമേശൻ അയാളുടെ കാലുപിടിച്ചു. "അച്ഛന്റെ ഗുണഫലാ മോനും പിടിച്ചോ.." എന്ന് അട്ടഹസിച്ച് സെയ്തുക്ക കാല് ഊക്കിൽ കുടഞ്ഞു. രമേശൻ പാലത്തിൽ കമഴ്ന്നടിച്ച് വീണു. വായിൽ ചോര പൊടിഞ്ഞു. സെയ്തുക്കയും രണ്ടുമൂന്നാളും ചേർന്ന് രസം കയറി അച്ഛനെ കുളിയൻ തെയ്യമാക്കി. കമുകിൻ ഓലകൊണ്ട് അരയാട തീർത്തു. തലയിൽ തേങ്ങ വെപ്പിച്ച് അരയാൽ കടവ് വരെ നടത്തിച്ചു. രമേശൻ അച്ഛന്റെ കൈ വിട്ടതേയില്ല. മുഖപാളയ്ക്കു പിറകിൽ "ഞാൻ ചെയ്തിട്ടില്ല.." എന്ന് അച്ഛൻ പതുക്കെ കരയുന്നുണ്ടായിരുന്നു." ഒരു മഴത്തുള്ളി രമേശന്റെ കണ്ണിന് ഉറ്റി. അവൻ നിസ്സംഗതയോടെ സ്വയം ചിരിച്ചു. "എണ്ണിക്കഴിഞ്ഞു രമേശേട്ടാ നമ്മക്ക് പരതാൻ പൂവാം..." പേത്താളൻ മരത്തിന് വെറുതെ വട്ടം ചുറ്റിക്കൊണ്ട് സുബൈദ പറഞ്ഞു.

അരിച്ചാക്ക് രമേശൻ ഇടംകൈയിൽ പിടിച്ചു. "അരി സാവിത്രിയേട്ടിയുടെ അടുക്കൽ വെച്ചാൽ പോരേ രമേശേട്ടാ.... പോവുമ്പം എടുക്കാലോ..." സുബൈദ അഭിപ്രായമിട്ടു. "വേണ്ട, അതു ശരിയാവൂല... ചിലപ്പൊ വീട്ടിലേക്ക് താഴത്തെ വഴിയിലേ പോയാലോ..." രമേശൻ ചുമലിലേക്ക് അരിച്ചാക്ക് ചായ്ച്ചു. "ഏട്യാ ശാറങ്ങേട്ടനെ ഇപ്പം തപ്പുക...

പച്ചോല പാമ്പ് കണക്കെയാണ്, കാണണമെങ്കീ ലെൻസ് വെച്ച് നോക്കണം...'' പാറമടയ്ക്കുള്ളിലേക്ക് കുനിഞ്ഞു നോക്കി സുബൈദ വീണ്ടും അഭിപ്രായമിട്ടു.

സാവിത്രിയേട്ടത്തിയുടെ വീടിന്റെ അതിരിൽ വീണ് കിടന്ന ചെമ്പകപ്പൂക്കൾ പെറുക്കിയെടുത്ത് അവൾ വാസനിച്ചു നോക്കി. പിന്നെ രമേശന് നേർക്ക് പുഷ്പവർഷം ചെയ്തു. രമേശന്റെ മുടിയിൽ കുടുങ്ങിയ ചെമ്പകപ്പൂക്കൾ രണ്ട് കൊമ്പുകളായി. "കുട്ടിച്ചാത്തൻ... ഒനീഡാ ടി വിയുടെ കുട്ടിച്ചാത്തൻ'' എന്ന് ചിരിച്ചുകൊണ്ട് സുബൈദ രമേശനെ പരിഹസിച്ചു.

കുന്നിൻച്ചെരിവിലെ കൊടിമരത്തിൽ പടർന്ന വള്ളിപ്പുല്ലുകളിൽ കാക്കയുടെ എണ്ണ ദൈവത്തിന്റെ വിരലുകളായി സ്ഫടിക നിറത്തിൽ തൂങ്ങിക്കിടക്കുന്നത് രമേശൻ കണ്ടു. അതു പറിച്ച് അവൻ അവളുടെ കൈയിൽ വെച്ചു. "കണ്ണിന് വെച്ച് നോക്ക്? ഐസ് വച്ച കണക്കെ കുളിരും. പിന്നെ കാണുന്നതിന് നല്ല കളറുണ്ടാകും...'' വലിയ താല്പര്യത്തോടെ അവൾ കാക്കയുടെ എണ്ണ കണ്ണുകളിൽ വെച്ചു. കാഴ്ചയിലേക്ക് മിന്നലായി വന്ന തണുപ്പിൽ അവൾ 'ഊശ്' എന്ന് കാറ്റിനോട് സ്വകാര്യം പറഞ്ഞു. സുബൈദയെ തന്നെ നോക്കി നിന്നപ്പോൾ അവളുടെ വലിയ കണ്ണുകളിൽ നിന്ന് കാക്കകൾ പറന്നുയരുന്നതായി രമേശന് അനുഭവപ്പെട്ടു. അവനിൽ ഇരുട്ട് നിറഞ്ഞു. അടുക്കളയിൽ നിന്ന് മാത്രമേ അമ്മ പത്രം വായിച്ചിരുന്നുള്ളൂ. അങ്ങാടിയിലെ സാധനങ്ങൾ പൊതിഞ്ഞ് കിട്ടുന്നതായിരുന്നു അമ്മയ്ക്ക് പത്രം. പത്രക്കീറിൽ ചരമവാർത്തയ്ക്ക് അമ്മയുടെ കാഴ്ച മങ്ങിയ കണ്ണുകൾ ഉഴറും. ജാലകത്തിലെ മരയഴികൾക്കിടയിലൂടെ വരുന്ന വെളിച്ചത്തിലേക്ക് പത്രക്കീറ് നിവർത്തി അമ്മ മരണം വായിക്കും. ഓരോ മരണത്തിലും അമ്മ അച്ഛനെ കാണും. വാഴക്കൈ വിട്ട് കളത്തിൽ വന്ന കാക്ക മരണംപ്രതി കരയുന്നത് അപ്പോഴായിരിക്കും. അമ്മയുടെ കണ്ണുകൾ നിറയും. അച്ഛൻ ആത്മഹത്യ ചെയ്യുകയായിരുന്നു. തീർത്തും പരാജയപ്പെട്ട കള്ളനായിരുന്നു അച്ഛൻ. നിഷ്കളങ്കമായതാവാം, അച്ഛന്റെ കളവിനായുള്ള എല്ലാ ശ്രമങ്ങളും പിടിക്കപ്പെട്ടു. ഇല്ലാത്ത കേസുകളിലും അച്ഛൻ പ്രതി ചേർക്കപ്പെട്ടു. അച്ഛന്റെ ചൂണ്ടുവിരലിൽ പലതവണ സൂചി കയറ്റപ്പെട്ടു. കറന്റ് കടത്തിയ വെള്ളത്തിലേക്ക് മൂത്രം ഒഴിപ്പിച്ചു. അച്ഛൻ കൂടുതൽ കൂടുതൽ ഭീരുവും നിലം നോക്കി നടക്കുന്നവനുമായി. ജീവിതം എത്ര കഴുകിയാലും പോകാത്ത കാൽനഖങ്ങൾക്കിടയിലെ ചെളിപോലെയാണെന്ന് തോന്നിച്ചതാവാം. അച്ഛൻ നല്ല മഴയുള്ള ഒരു രാത്രി കാലിന് കരിങ്കല്ല് കെട്ടി പുഴയിലേക്ക് ചാടുകയായിരുന്നു.

കാക്കയുടെ എണ്ണ ഉറ്റിച്ച് കൈവന്ന പുതിയ കാഴ്ചയുടെ സന്തോഷത്തിൽ സുബൈദ കണ്ണു തുറക്കുമ്പോൾ രമേശനെ കാണാനില്ലായിരുന്നു. അരിച്ചാക്ക് അവിടെത്തന്നെയുണ്ടായിരുന്നു. രമേശേട്ടൻ ശാറങ്ങേട്ടനെ പിന്തുടർന്നതാവാം എന്നൂഹിച്ച്, നടക്കാൻ മടി വന്ന് പാറയിൽ

കുത്തിയിരുന്ന് അവൾ അരിച്ചാക്കിലേക്ക് കൈയിട്ടു. രമേശേട്ടന്റെ നോട്ടുപുസ്തകം അരിയിൽ പൂണ്ടുപോയതായി സുബൈദ അറിഞ്ഞു. ഉള്ളിലേക്ക് കഴിയാവുന്നത്ര കൈ തുഴഞ്ഞിട്ടും അവൾക്ക് നോട്ടുപുസ്തകം കിട്ടിയില്ല. പൊടുന്നനെയാണ്, കിഴക്കേ ഇല്ലത്ത് വളപ്പിലെ ഗുഹയിൽ നിന്ന ഒരു നിലവിളി ഉയർന്നത്. അരിച്ചാക്ക് വിട്ട് സുബൈദ ഗുഹയിലേക്ക് ചാടിയിറങ്ങി. ഗുഹയ്ക്ക് പുറത്ത് വവ്വാലുകൾ കാറ്റിന്റെ ഒച്ച കേൾപ്പിച്ചു. ഗുഹയുടെ കൂർത്ത ഇരുട്ടിൽ നിന്ന് നിലവിളി മുറിഞ്ഞും ഉയർന്നും കേട്ടു. സംഭ്രമം വന്ന് സുബൈദയ്ക്ക് ഒന്ന് ഒച്ചവെക്കാൻ പോലും ആയില്ല. സുബൈദ ഭയന്നത് തന്നെയായിരുന്നു, രമേശേട്ടന്റെ ഇരുമ്പുപൈപ്പിന്റെ പ്രഹരത്തിൽ ശാറങ്ങൻ പിടഞ്ഞു. "സത്യം പറയില്ല, അല്ലടാ റാസ്കൽ..." എന്ന് കൂടെക്കൂടെ അലറി, പൈപ്പ് വായുവിൽ തിരിച്ച് ചുമരിൽ നിശ്ചലമായ ശാറങ്ങന് അരികിലൂടെ രമേശൻ അങ്ങുമിങ്ങും നടന്നു. ഗുഹയിലെ ചുമർ ചിത്രങ്ങളിലെ അമ്പ് പിടിച്ച വേട്ടക്കാർ അവനെ ഏറ്റ് പറഞ്ഞു. സുബൈദയ്ക്ക് ഏറെനേരം ഒന്നും മിണ്ടാനായില്ല. പൊടുന്നനെ അവൾ ഉറക്കെ കരയാൻ തുടങ്ങി. ഒന്നു മുരണ്ട് കൊണ്ട് രമേശൻ സുബൈദയെ നോക്കി. ചാലിൻകരയിലെ അത്തിമരക്കൊമ്പിൽ നഗ്നനായി കുടുങ്ങിയ അച്ഛന് കീഴെ ഏങ്ങലടിച്ച അമ്മ അവന്റെ ഓർമ്മയിൽ വന്നു. പൊരിയുണ്ട പൊതിഞ്ഞ കടലാസിലെ പൊലീസുകാരനായി അവൻ അത് മായ്ച്ചു കളഞ്ഞു. ഇതാ, ജനനം മുതൽ കുറ്റവാളിയുടെ മുദ്ര കുത്തപ്പെട്ടവന്റെ അമ്മ കൈകളുയർത്തി വെല്ലുവിളിക്കുന്നു. രമേശൻ കൂടുതൽ ഉന്മാദിയായി. അവന്റെ കണ്ണുകൾ അസാധാരണമാംവിധം വക്രിച്ചു. അട്ടഹാസത്തോടെ സുബൈദയുടെ അടുത്തേക്ക് രമേശൻ ലാത്തി ചുഴറ്റും നേരം, മഴയിൽ നിന്ന് രക്ഷ നേടാൻ തിരിച്ച് വന്ന വവ്വാലുകൾ അവന്റെ കൊലച്ചിരിയുമെടുത്ത് കാലങ്ങൾക്കപ്പുറത്തേക്ക് ചിറകടിച്ചു.

നനയാത്ത മഴകൾ

കുറെ പഴയ കാര്യങ്ങളാണ്, മനസ്സിന്റെ പാതിമയക്കത്തിലേക്ക് മഴചാറ്റലായി ഇടയ്ക്കിടെ തെറിച്ചുവരാറുണ്ട്. ഇറവെള്ളത്തിലൊഴുകുന്ന ചുവന്ന കാട്ടുപൂക്കളുടെ തിളക്കമുണ്ട് അതിന്. ജലോപരിതലത്തിൽ കാലുകൾ നീട്ടി വെച്ച് നടന്ന് എഴുത്താശാൻ വരയ്ക്കുന്ന ചരിത്രമുണ്ട്.

തുടക്കം ഏതാണ്ട് ഇങ്ങനെയാണ്: പണ്ട് പണ്ട് വർഷങ്ങൾക്ക് മുമ്പ് 'ഞാൻ' എന്നൊരു കുട്ടി ജീവിച്ചിട്ടുണ്ടായിരുന്നു. ആറ് വയസ്സിന്റെ തൊട്ടുകളിയിലേക്കെത്തും മുമ്പ് വയസ്സായിപ്പോയ, ട്രൗസർ ഇടാൻ തീരെ താല്പര്യം കാണിക്കാത്ത, 'കൊന്നാലും ഞാൻ സ്കൂളിൽ പോവി ല്ലെന്ന്' വർഗ്ഗസമരം പ്രഖ്യാപിച്ച കുട്ടി. കണ്ണിച്ചിറയിലെ ഇടവഴികളിലൂടെ ആനയുടെ കറുപ്പുള്ള തന്റെ ചന്തിയും മീൻകൊത്തിചാപ്പന്റെ കൊക്ക് പോലുള്ള തന്റെ ഉമ്മിണിയും കാട്ടി നടക്കുന്നതിൽ ആ കുട്ടി വല്ലാത്ത സന്തോഷം കണ്ടെത്തിയിരുന്നു. സ്ഥലത്തെ പ്രധാന പേടിപ്പിക്കൽ വിദ ഗ്ദ്ധനായ നരിക്കാടൻ കണ്ണേട്ടൻ പതിനെട്ട് പണിയായുധങ്ങൾ പയറ്റി നോക്കിയിട്ടും കുട്ടി തന്റെ സ്വഭാവത്തിൽ മാറ്റം വരുത്താൻ തെല്ലും തയ്യാ റായില്ല. കണ്ണിച്ചിറയിലെ മടിയന്മാരായ എല്ലാ കുട്ടികളേയും സ്കൂളിലേക്ക് ഓടിപ്പിക്കാനും ട്രൗസർ ഇടീപ്പിക്കാനും കഴിയുന്നതിൽ കണ്ണേട്ടനുള്ള ഗർവ്വ് അവന് മുന്നിലെത്തിയതോടെ അവസാനിച്ചു. അവർ പരാജ യപ്പെടുന്നതിൽ അവന്റെ അമ്മയ്ക്കും അപ്രധാനമല്ലാത്ത റോൾ ഉണ്ടാ യിരുന്നു. "നിന്റെ കണ്ണില് ഞാൻ പറങ്കി എഴുതും.." എന്നും പറഞ്ഞ് ചു വന്ന കാന്താരിയും കൈയിലെടുത്ത്, നീളം തീരെയില്ലാത്ത കാലുകൾ കൊണ്ട് നിലം മാക്സിമം ബലത്തിൽ ചവുട്ടി കണ്ണേട്ടൻ പാഞ്ഞുവരു മ്പോൾ അമ്മയുടെ ലുങ്കിയിൽ തൂങ്ങിക്കൊണ്ട് കുട്ടി ദിഗന്തം പൊട്ടുന്ന ഒച്ചയിൽ തൊള്ള തുറക്കും. അപ്പോൾ സംഭവിക്കാവുന്ന സ്ഥിരം ചില

കാര്യങ്ങൾ: കഞ്ഞിക്കലം തൈത്തടത്തിന് കൊടുത്ത വറ്റുകൾ കട്ടെടുത്ത് കൊണ്ടിരുന്ന കാക്കകൾ കുട്ടിയുടെ ഒച്ചയിൽ പേടിച്ച് എങ്ങോട്ടെന്നില്ലാതെ പറക്കുന്നു. മുല കുടിക്കുന്നുണ്ടായിരുന്ന പശുവിൻകിടാവ് കവുങ്ങിൻ തോട്ടത്തിലേക്ക് കാല് കുടഞ്ഞ് പായുന്നു. അടുപ്പിൻ തിണ്ണയിൽ കയറി പാത്രങ്ങളിൽ ചികയുന്നുണ്ടായിരുന്ന കോഴിയും കുഞ്ഞുങ്ങളും പുറത്തേക്ക് ചിറകുകൾ വിടർത്തുന്നു, നിലത്ത് വീണ് പാത്രങ്ങൾ ബ്രേക്ക് ഡാൻസ് കളിക്കുന്നു. അപ്പോഴേക്കും അമ്മ "ഓൻ പഠിക്കുമ്പോ പഠിക്കട്ട്.. ചെക്കാ, നീ പൊയ്ക്കോ.." എന്ന് കുട്ടിയെ വീട്ടിനകത്തേക്ക് ഓടാൻ അനുവദിക്കും. കരച്ചിൽ നിർത്താൻ ശ്രമിക്കാതെ അവൻ മടിയന്മാരുടെ ലോകത്തിരുന്ന് സ്വയം വർത്തമാനം പറയും.

പകലുകളിൽ അമ്മ നെല്ല് മൂരാനോ കൂലിപ്പണിക്കോ പോകുമ്പോൾ കുട്ടി ചൂണ്ടയുമെടുത്ത് മീൻ പിടിക്കാൻ പോകും. വടി കൊണ്ട് കിളച്ച് കിട്ടിയ മണ്ണിരകളും ചിരട്ടയിലാക്കി ചൂണ്ടയും തോളിലിട്ട് പുഴവക്കിലേക്ക് ഇറങ്ങുന്ന കുട്ടിക്ക് വലിയ ചൂണ്ടൽക്കാരന്റെ ഗമയുണ്ടായിരുന്നു. പക്ഷേ മീനുകളെല്ലാം അവനെ എളുപ്പം പറ്റിക്കും. കൊക്കയിൽ തൂങ്ങുന്ന ഇര സാവധാനം കൊത്തിത്തിന്ന് മീനുകൾ തങ്ങളുടെ മാളങ്ങളിലേക്ക് തിരിച്ച് പോയി, മീൻ പിടിക്കാൻ അറിയാത്ത കുട്ടിയുടെ വിഡ്ഢിത്തമോർത്ത് ഉറക്കെ ചിരിക്കുകയും നൃത്തം വെക്കുകയും ചെയ്തിരുന്നു. വെള്ളത്തിന്റെ കുമിളകൾ ജലോപരിതലത്തിലേക്ക് വരുന്നത് കണ്ട് "ഹോ, പതലുകളെയുംകൊണ്ട് വരാലിന്റെ വരവാണ്, ഇന്ന് കെണിഞ്ഞത് തന്നെ.." എന്ന് മനസ്സ് കൊണ്ട് സന്തോഷിച്ച് അവൻ ജാഗരൂകനാകും. അദ്ധ്വാനിക്കാതെ വയറ് നിറഞ്ഞതിന്റെ സന്തോഷം മത്സ്യങ്ങൾ പ്രകടിപ്പിക്കുകയാണെന്ന് പാവം കുട്ടിയുണ്ടോ അറിയുന്നു. കൊക്കയിൽ ഓരോ മണ്ണിര തീരുമ്പോഴും അടുത്തതിനെ ചിരട്ടയിൽനിന്നെടുത്ത് കോർത്ത് 'ഇത്തവണ വരാല് കെണിയുക തന്നെ ചെയ്യും' എന്ന് ശുഭാപ്തി വിശ്വാസിയാകും അവൻ. ഒന്നും സംഭവിക്കില്ല. കുട്ടിയുടെ തള്ളവിരലിനും ചൂണ്ടുവിരലിനും ഇടയിൽ കൊക്കയിലേക്ക് കോർക്കപ്പെടാനായി തൂങ്ങുന്ന മണ്ണിരയ്ക്ക്, മരണത്തിലേക്കുള്ള നീളം കൊക്കയ്ക്ക് അടുത്താകുന്നതിലുള്ള വിഷമത്തിനപ്പുറം "ഒരു മീനെപ്പോലും പിടിക്കാനാകാത്ത ഈ ബഹിടന്റെ കൈയിലാണല്ലോ ഈശ്വരാ, നീ എന്നെ കൊല്ലാൻ കൊടുത്തത്.." എന്ന പരിഭവമായിരിക്കണം കൂടുതൽ ഉണ്ടായിരുന്നത്. ഒടുവിൽ ചിരട്ടയിലെ മണ്ണിരയെല്ലാം തീർന്ന് വെറും കൈയോടെ എഴുന്നേല്ക്കുന്ന കുട്ടി, അപ്പോഴും അവസാനിക്കാത്ത കുമിളകളെ നോക്കി 'നാളെ പിടിച്ചോളാടാ..' എന്ന് ആവർത്തിച്ച് അത്തിമരത്തിന്റെ തടിയൻ കൊമ്പിൽ പുഴയിലേക്ക് തല കീഴായി തൂങ്ങിക്കിടക്കും. ലോകം തല കീഴാവും. ഭൂമി ആകാശമാവും, ആകാശം ഭൂമിയുമാവും. പുഴക്കാറ്റ് ചെവിയിലേക്ക് അടിച്ച് കയറും. പക്ഷികൾ അവനെ കണ്ട് 'ഇതെന്ത് ജീവി..' എന്ന് ആശ്ചര്യപ്പെട്ടിരിക്കണം.അനന്തരം

അരയോളം വെള്ളമുള്ള പുഴയിൽ ഇറങ്ങും അവൻ. വെയിലേറ്റ് ചൂട് പിടിച്ച വെള്ളത്തിൽ മലർന്ന് കിടന്ന് നീന്തുക കുട്ടിക്ക് ഇഷ്ടമായിരുന്നു, കണ്ണിൽ അടിക്കുന്ന സൂര്യനെ പരാജയപ്പെടും വരെ നോക്കിക്കൊണ്ട് അവൻ കൈകൾ എങ്ങോട്ടെന്നില്ലാതെ തുഴയും. കുറച്ച് കഴിയുമ്പോ ഴേക്കും സ്കൂളും വിട്ട്, വീടും വിട്ട് കുട്ടിയുടെ കൂട്ടുകാർ തോർത്തും തലയിൽ കെട്ടി കുട്ടിയെ തപ്പി വരും. സ്കൂളിലെ അദ്ധ്യാപകനായ സാ മുവൽ മാഷിന് വൈകുന്നേരമാവുമ്പോഴേക്ക് കണ്ണൂരിൽ എത്തേണ്ടത് കൊണ്ട് ഉച്ചക്കഞ്ഞിയും കൊടുത്ത് 12 മണിയാവുമ്പോഴേക്കും സ്കൂൾ വിടുക ശീലമായിരുന്നു. കണ്ണ് ചുവന്ന് കലങ്ങും വരെ കുട്ടിയും കുട്ടികളും വെള്ളത്തിൽ കളിക്കും. ആരുടെയെങ്കിലും അച്ഛന്റെ തല എവിടെ നിന്നെങ്കിലും കണ്ടാൽ അവർ കളി മതിയാക്കും. അനന്തരം പുഴത്തട്ടിലി രുന്ന് ഏറെ നേരം വെയിൽ കൊള്ളും. പുഴ തന്ന തണുപ്പ് തങ്ങളിൽ നിന്ന് വെയിൽ കട്ട് കൊണ്ട് പോകുന്നത് കുട്ടിയും കുട്ടികളും ഏറെ ഇഷ്ടപ്പെട്ടിരുന്നു. വെയിൽ പുറം പൊളിക്കും വരെ അവർ കാത്തിരിക്കും. തങ്ങളുടെ ഇരുണ്ട ശരീരങ്ങൾ ബ്ലാക്ക് ബോർഡ് എന്ന പോലെ മാജിക് കാട്ടുന്നത് അന്നേരമാണെന്ന് അവർക്കറിയാം. വെയിൽ തൊലിയിൽ കുത്തിക്കയറി ഇച്ചൂളി പടർത്തും. മൃദുവായി പോലും ഒന്ന് അപ്പോൾ വരഞ്ഞാൽ വെള്ള നിറത്തിൽ തെളിഞ്ഞുവരും. കുട്ടി കുട്ടികളെ നിരനിരയായി ഇരുത്തി ചേറിന്റെ കറുത്ത ചന്ദ്രക്കല തീർത്ത നഖം കൊണ്ട് ചിത്രം വരയാൻ തുടങ്ങും. അക്ഷരത്തിന്റെ എ ബി സി ഡി അറിയില്ലെങ്കിലും ഭേദപ്പെട്ട് ചിത്രം വരയ്ക്കാൻ അവന് കഴിയുമായിരുന്നു. വരയ്ക്കുന്നതിന് തുടർച്ച ഉണ്ടായിരുന്നു. ഒരുവന്റെ പുറത്ത് വരച്ചതിന്റെ ബാക്കിയാവും അടുത്തിരിക്കുന്നവനിൽ. തങ്ങളുടെ പുറങ്ങളിൽ നീന്തുന്ന മീനുകളെയും പതുങ്ങുന്ന മൃഗങ്ങളെയും പറക്കുന്ന പക്ഷികളെയും പരസ്പരം നോക്കി അവർ കഥ മനസ്സിലാക്കും. അവരിൽ ചിലർ കുട്ടിയുടെ ശരീരമാകമാനം വാക്കുകൾ പോറി വെക്കും. ഭസ്മം തേച്ച പോലെ അക്ഷരങ്ങൾ കുട്ടിയുടെ നഗ്നമായ ഉടലിൽ തങ്ങി നില്ക്കും.

കുട്ടിയിൽ കുട്ടികൾ ഒന്നുമിടാതെ നടക്കുന്നതിന്റെ സുഖം മനസ്സിലാക്കീ ഒരു ദിവസം. കുളി കഴിഞ്ഞ് ആ ദിവസം കുട്ടിയുടെ നഗ്നനടത്തത്തിൽ താല്പര്യം തോന്നി മെല്ലിച്ച ഒരു കുട്ടി ട്രൗസർ തൊപ്പിയാക്കി തലയിൽ വെച്ചു. സ്വാതന്ത്ര്യത്തിന്റെ ഇളം കാറ്റ് തുടകൾക്കിടയിലൂടെ വീശിയൊഴുകുന്നതിന്റെ വല്ലാത്ത ആനന്ദം മെല്ലിച്ചവനുണ്ടായി. അവന്റെ മുഖഭാവം മറ്റുള്ളവരേയും കേറികൊത്തി. പത്ത് മിനിട്ടിനുള്ളിൽ വയൽവരമ്പിലൂടെ അവർ ട്രൗസർ തൊപ്പിയുമായി കൂകിയാർത്തു. മൂർന്ന് കഴിഞ്ഞ് നെൽക്കറ്റ കൊണ്ട് പോവുന്നുണ്ടായി രുന്ന പെണ്ണുങ്ങൾ ചിരിയോട് ചിരി.

എരിയുന്ന അടുപ്പിൽ ഉപ്പ് വിതറിയത് പോലെ അന്ന് രാത്രി കുട്ടി യുടെ വീട്ടിൽ വലിയ പൊട്ടിത്തെറികൾ ഉണ്ടായി. “നിന്റെ മോനോ

മോശായീ..ഇനി ഞങ്ങളെ പുള്ളാരെക്കൂടി മോശാക്കാനുള്ള ഏർപ്പാടാണോ... ഇത് ശരിയാവില്ല..” എന്നും പറഞ്ഞ് കുട്ടികളുടെ അച്ഛന്മാർ അവന്റെ വീട്ടിൽ വന്ന് വിറതുള്ളി. കുട്ടി പേടിപ്പിച്ചിട്ടാണ് കുട്ടികളങ്ങനെ ആടിയതെന്ന കൂട്ടിച്ചേർക്കലും ഉണ്ടായപ്പോൾ കുട്ടിയെ തൂക്കിയെടുത്ത് അക്ഷരങ്ങൾ മാഞ്ഞ് പോയ അവന്റെ കുണ്ടിയിൽ മതിയാവോളം അടിച്ചൂ അമ്മ. കുട്ടിയുടെ കരച്ചിൽ ഇരുട്ടിലെ നിശ്ശബ്ദതയിൽ പടർന്നു. ചെറിയ സംതൃപ്തിയോടെ വന്നവർ മടങ്ങിപ്പോയപ്പോൾ അടിനിർത്തി “ഇന്ന് ഇനി ഇവിടുന്ന് നിനക്കൊരു വറ്റിന്റെ വെള്ളം തരില്ല..” എന്നും പറഞ്ഞ് തടുപ്പയുമെടുത്ത് അമ്മ അപ്പുറം വീട്ടിൽ നെല്ല് ചേറാൻ പോയപ്പോൾ ഒറ്റക്കായത് കുട്ടി. സാധാരണ ഇരുട്ടിനെ പേടിക്കുന്ന അവൻ ഇത്തവണ പേടിച്ചില്ല. കരച്ചില് കേട്ട് പാവം തോന്നി കാലിനടുത്ത് വന്ന് കിടന്ന വെള്ളപ്പൂച്ചയ്ക്ക് ദേഷ്യം കൊണ്ട് ഒരു ചവിട്ട് വെച്ച് കൊടുത്തൂ അവൻ. നിലവിളിയോടെ പൂച്ച നിലവിളക്കിലെ എണ്ണ മോഷ്ടിക്കാൻ പൂജാമുറിയിലേക്ക് കയറി. തത്ത്വചിന്തകനെ പോലെ ഇരുട്ടും നോക്കി പടിമേൽ ഇരുന്നു. കണ്ണിലെ വെള്ളം ഇരുട്ടിന് വല കെട്ടി. കുണ്ടിക്ക് തറയിലെ തണുപ്പ് പിടിച്ചപ്പോൾ അവൻ പോയി അകത്ത് കിടന്നു. കുറച്ച് കഴിഞ്ഞ പാടെ അമ്മ വന്നു. കുട്ടിയുടെ തലയിൽ വിരലിട്ട് സ്നേഹം കാട്ടി അമ്മ, സാധാരണ അമ്മയായി: “വാ,ചോറ് വെയ്ക്കിൻ...” അവൻ അത് കരച്ചിൽ വീണ്ടും തുടങ്ങാനുള്ള അവസരമാക്കിയെടുത്തു. “കരയാതെടാ...സാരമില്ല” എന്ന് പറഞ്ഞു നോക്കി ഏറെനേരം അവർ. കേൾക്കാതെയായപ്പോൾ “വേണോങ്കി പോയി വേയ്ച്ചോ... വയറ് വേദനിക്ക്ന്ന്,ഞാൻ കെടക്കലായി...” എന്നും പറഞ്ഞ് വാതിലടച്ച് അമ്മ പായയിൽ ചുരുണ്ടപ്പോൾ നടുങ്ങിപ്പോയി കുട്ടി. ഒടുങ്ങിപ്പോയീ കുട്ടിയുടെ കരച്ചിൽ. നിശ്ശബ്ദത തട്ടിൻപ്പുറത്തെ എലി കരണ്ടു. വിശന്നിട്ട് കുടല് കത്തുന്നത് അവൻ അനുഭവിച്ചു. ഇരുട്ട് കണ്ണിന്റെ വെള്ളം കെടുത്തി. ചാവുമെന്ന് തോന്നിയപ്പോൾ തപ്പിത്തപ്പി അടുക്കളയിൽ എത്തി. ചോറ് ഉണക്ക് ചുട്ടതും കൂട്ടി വാരി വീശീ കുട്ടി. തിന്ന് തീർത്തതും വെളിച്ചം പരന്നു. വയറ് നിറഞ്ഞാൽ കണ്ണിന് ഇരുട്ടത്തും കാണാൻ കഴിയും എന്ന് സന്തോഷിച്ച് തിരിയും നേരം പിറകിൽ ചിമ്മിണിവിളക്കുമായി അമ്മ. അമ്മക്ക് ചിരി അടക്കാൻ കഴിഞ്ഞില്ല; കുട്ടിക്കും, തട്ടിൻപുറത്തെ എലിക്കും.

പിറ്റേ ദിവസം കുട്ടിക്ക് കാര്യങ്ങൾ എളുപ്പമായില്ല. പുഴയിൽ കുളിക്കുവാൻ അവൻ ഒറ്റക്കായി. വെയിലും അവസാനം ബോറടി വന്ന് കുട്ടിയെ തനിച്ചാക്കി കുന്ന് കയറി. കുട്ടിക്ക് സങ്കടം വന്നു. കുതിരവാലൻ പുല്ലുകൾ ചിക്കിച്ചിക്കി അവൻ വീട്ടിലേക്കു നിശ്ശബ്ദനായി. ഇനിയൊരിക്കലും കുട്ടികൾ തനിക്കൊപ്പമുണ്ടാകില്ലെന്ന് കുട്ടിക്ക് മനസ്സിലായി. അവന് കണ്ണിൽ വെള്ളം നിറഞ്ഞു. സൂര്യൻ മേഘത്തിന്റെ തിരശീല വലിച്ച് കുട്ടിയിൽ നിന്ന് മറഞ്ഞു. മഴ പെയ്യാൻ തുടങ്ങി. പകലും രാത്രി

യും ഒരുപോലെ കറുകറുത്തു. കുട്ടി വീട്ടിൽ തന്നെയായി. മഴയുടെ രണ്ടാം ദിവസം ചക്കയും തലയിലേറ്റി മൂത്തമ്മ നാരന്തട്ടയിൽ നിന്ന് അവന്റെ വീട്ടിലേക്കു വന്നു. വെളുത്തിട്ടായിരുന്നു, മുറുക്കുന്നതിനാൽ ചുണ്ടുകൾ ചുവന്നിരുന്നു. തല പാല് പോലെ വെളുത്തിരുന്നു. ചീയേ തിപ്പൂക്കൾ പോലെ പച്ച നിറത്തിൽ മീശ വിടർന്നിരുന്നു. കണ്ണുകൾ പൂച്ചയുടേതായിരുന്നു. അവനെയും അമ്മയെയും കാണാൻ ഇടയ്ക്കിടയ്ക്ക് അവർ വരാറുണ്ടായിരുന്നു. മൂത്തമ്മ തിരിച്ച് പോകുമ്പോൾ കൂടെ പോകാൻ താനും ശാഠ്യം പിടിച്ചത് എന്തിനാണെന്ന് അവന് മനസ്സിലായില്ല. അമ്മ എതിർത്തില്ല. “ട്രൗസർ ഇടാതെ വന്നാൽ ബീട്ടിൽ വെച്ച് നെയ്യുറുമ്പുകൾ ഉമ്മിണി കടിച്ചെടുത്ത് കൊണ്ട് പോകും..” എന്ന് മൂത്തമ്മ സ്നേഹമിട്ടപ്പോൾ പേടി പൊട്ടി അവൻ ട്രൗസർ എടുത്തിട്ടു. ബട്ടൺ പൊട്ടി പോയതുകൊണ്ട് രണ്ടറ്റവും വിരലിട്ട് മുറുക്കി പൊക്കിളിനു കീഴേക്ക് മടക്കി. മൂത്തമ്മ നീട്ടിയ വിരല് വിട്ട് കുപ്പായസഞ്ചിയും കൊണ്ട് ഇറങ്ങുമ്പോൾ കുട്ടിക്കൊപ്പം മഴയും വന്നു.

2

മഴയിൽ കുളിച്ചു മൂത്തമ്മയും കുട്ടിയും മൂത്തമ്മയുടെ വീട്ടിൽ എത്തുമ്പോൾ, ചെറിയവീടായിരുന്നു. പുറംവാതിലിന് പകരം ഓല ഉലത്തിമെടഞ്ഞ് കെട്ടിയിട്ടുണ്ട്. മെടഞ്ഞ ഓലകൾ ചായ്പ്പിൽ അട്ടിക്കട്ടിക്ക് കെട്ടി വെച്ചിട്ടുണ്ട്. ഓലമെടഞ്ഞ് വില്ക്കുക മൂത്തമ്മയുടെ ഒരു ജീവിത മാർഗ്ഗം എന്ന് അവനറിയാമായിരുന്നു. വീടിന് പിറകിലായി ഭഗവതിത്തെയ്യത്തിന്റെ വലിയ മുടിപോലെ കാട് പിടിച്ച ഒരു കുന്ന്. മുറ്റം നിറമില്ലാത്ത താളിനിലകൾ ഒരിഞ്ച് സ്ഥലം വെക്കാതെ ഇടതൂർന്ന് പച്ചയുടെ ഇലകളുയർത്തുന്നു. മഴ നനയാതെ താളിനിലകൾ വീട് നോക്കി. മുന്നിലെ വയലിൽ വെള്ളം കയറിത്തുടങ്ങിയിരിക്കുന്നു, ചെറിയ ഒഴുക്ക് ചുറ്റിപ്പിടിച്ചിട്ടുണ്ട്. തെങ്ങുകളും കവുങ്ങുകളും പുളിമരങ്ങളും മലവെള്ളത്തിന്റെ പണിമുണ്ടുടുത്തു. വൈകാതെ പുഴയും വയലും ഒന്നിച്ച് ചേർന്ന് പ്രണയബദ്ധരാവും. “നോക്കി നില്ക്കാതെ അകത്ത് വാടാ, മഴ നനയാതെ..” മൂത്തമ്മ ഓലയുടെ വാതിൽനീക്കി. “അതേയ്, മഴേത്ത് മടിച്ച് കെടക്കാതെ പുറത്ത് വന്നേ. ഇങ്ങനെ ഒറങ്ങ്യാല് വീട് തന്നെ എടുത്ത് കൊണ്ട് പോയാലും അറിയിലാല്ലോപ്പാ.. ഒരാള് വന്നിട്ടുണ്ട്, നോക്കറോ നിങ്ങൊ..” മൂത്തമ്മ വീടിനകത്തേക്ക് തലയിട്ട് പറയുന്നത് കേട്ട് അവനൊന്നും മനസ്സിലായില്ല. അടുത്തനിമിഷം മൂത്തമ്മയുടെ കാലിലുരുമ്മിയും മൂത്തമ്മയെ മറികടന്നും കുറേ മുഖങ്ങൾ അവന്റെ നേർക്ക് നോട്ടമയച്ചു. “വിളിച്ച് കൊണ്ടുവാ,നമ്മളെ ചെക്കനാ....” മുത്തമ്മ അങ്ങനെ പറഞ്ഞതും മഴ നോക്കാതെ അവ കുട്ടിയുടെ അടുത്തേക്ക് പാഞ്ഞുവന്നു, നാലുപൂച്ചകൾ, മൂന്ന് നായ്ക്കുഞ്ഞുങ്ങൾ. ആശ്ചര്യവും

സന്തോഷവും അവന്റെ കണ്ണുകൾ തള്ളിച്ചു. വസ്ത്രത്തിന്റെ സഞ്ചി ഉമ്മറത്തിന്റെ അമ്മിക്കല്ലിൽവെച്ച് സർക്കീട്ട് ആരംഭിച്ചു അവൻ. മൂത്തമ്മയെ അനുസരിക്കാതെ അവയ്ക്കൊപ്പം അവയേയും കൂട്ടി അവൻ കുന്ന് കയറി. കുന്നിന്റെ അറ്റത്തെത്തി, ആകാശത്തിന് നേർക്ക് കല്ലെറിഞ്ഞു. താഴേക്ക് നീട്ടി മൂത്രമൊഴിച്ചു. തൊണ്ടപൊട്ടും ഉച്ചത്തിൽ ചൂളം വിളിച്ചു. മൊട്ടമ്പുളിങ്ങയും കാരപ്പഴവും പറിച്ച് തിന്നു. നാർച്ചിപൂക്കളുടെ മഞ്ഞപൂക്കൾ മഴയിലേക്ക് വിതറി. മരത്തിലെ മഴ ഉതിർത്തു. നായകളും പൂച്ചകളും 'ഇവന് പ്രാന്ത് തന്നെ' എന്ന് തന്നെ നോക്കി ഉറപ്പിക്കുന്നത് കണ്ട് കുട്ടിക്ക് ചിരിവന്നു. മഴകൊണ്ട് അവശരായിട്ടും അവറ്റകൾ തളർച്ച പ്രകടിപ്പിക്കാതെ തനിക്ക് കൂട്ട് നില്ക്കുന്നത് കണ്ട് പാവം തോന്നിയപ്പോൾ കുട്ടി പുരയിലേക്ക് തിരിച്ചിറങ്ങി. മഴ ഇരുട്ട് പിടിച്ചിരുന്നു. മുത്തമ്മ വെള്ളത്തിൽ പൊതിർത്ത ഉണങ്ങിയ തെങ്ങോലകൾ രണ്ടായി പകുത്ത് ചായ്പ്പിലേക്ക് വലിച്ചുകൊണ്ട് വരുന്നുണ്ടായിരുന്നു. ഓലകളുടെ ചീഞ്ഞ മണം പടർന്നു.വെള്ളം കുടയാൻ നായകളും പൂച്ചകളും ചായ്പ്പിലേക്ക് ഓടിക്കയറി. ശാസനപൂർവ്വം മൂത്തമ്മ കുട്ടിയെ ചായ്പ്പിലേക്ക് കയറ്റി തല തുവർത്തി, ഒരു ലുങ്കി ഉടുപ്പിച്ച് വാല്യക്കാരനാക്കി. "കസേരയുണ്ട് അകത്ത്. അതിൽ കയറിയിരിക്ക്. ഞാനിപ്പം വരാം." മഴ താല്ക്കാലിക വിരാമമിട്ടു. താളിൻചെടികൾക്കിടയിൽ മഴ പൊടുന്നനെ നിലച്ച് പോയതിനെ കുറിച്ച് മണ്ണൻ തവളകൾ വലിയ ഉച്ചത്തിൽ ചർച്ചചെയ്ത് തുടങ്ങി. മഴ വരുന്നുണ്ട് എന്ന ഉത്തരവുമായി അകത്ത് നിന്ന് തെയ്യംതവളകളും പിറുപിറുക്കുന്നുണ്ട്.

നടുവിലെ മുറിയിലെ മരക്കസേരയിൽ കൂനിക്കൂടിയിരുന്ന് കുട്ടി തണുപ്പിനോട് മത്സരിച്ചു. മൂന്ന് മുറികളായി പകുക്കപ്പെട്ടിരുന്നു മൂത്തമ്മയുടെ വീട്. ചുമരിലെ മരത്തിട്ടയിൽ വെച്ച റാന്തൽ മുറികളിലേക്ക് വെളിച്ചത്തിന്റെ മീശ പിരിച്ചു. അഴികളില്ലാത്ത ജാലകങ്ങൾ ഏറെയായിരുന്നു. ചിലന്തിവലകൾ ചുമരുകളിൽ അങ്ങിങ്ങായി ചെറിയ വെളുത്ത മലകളുടെ രൂപസാദൃശ്യം തന്നു കുട്ടിക്ക്. പൊടുന്നനെ ഇടത്തേ മുറിയിൽ നിന്ന് ഒരു കീരി കസേരക്കാലിന് കീഴിൽ വന്ന് കിടപ്പായി. "മൂത്തമ്മേ..കീരി..." -പേടിയുടെ വലിയ ഒച്ചയിട്ടു കുട്ടി. "ഈടെയുള്ളതാടാ..പേടിക്കണ്ട, ഒന്നും ആക്കില്ല.." അരി ചേറുന്നത് നിർത്തി മൂത്തമ്മ പറഞ്ഞു. കീരി അല്പനേരം നിലം മാന്തി, പാമ്പിനെപ്പോലെ ചലിപ്പിച്ചു. 'ആരെടാ എന്നോട് കളിക്കാനുള്ളത്' എന്ന് മീശ വിറപ്പിച്ചു. കുഞ്ഞുനായ വന്ന് അതിന്റെ മുകളിൽ കയറി കിടപ്പായി, കുട്ടിക്ക് ചിരിപൊട്ടി. ഒന്നുമറിയാത്ത ഭാവത്തിൽ ഗൗരവത്തോടെ കീരി പമ്പരം പോലെ കണ്ണുകൾ കറക്കി. പൊടുന്നനെ വവ്വാലുകൾ വീട്ടിനുള്ളിലേക്ക് വന്ന് മുറികളിൽ ഉലാത്തി, കാറ്റിന്റെ ഒച്ച പോലെ ചിറകടി. കുട്ടിക്ക് സമാന്തരമായി പറന്നു, ചിലത്. ഒടുവിൽ എല്ലാം ദൈവങ്ങൾ താമസിക്കുന്ന മുറിയിലെ ഇരുട്ടിൽ തൂങ്ങിക്കിടന്നു.

പൊടിയരിക്കഞ്ഞി കുടിച്ച് നടുവിലെ മുറിയിൽ മൂത്തമ്മ പായവിരിച്ചു. മൂത്തമ്മയുടെ സുഹൃത്തുക്കൾ മറ്റ് മുറികളിൽ പതുങ്ങി. തൂറാൻമുട്ടുന്നത് പോലെ ചോദ്യങ്ങൾ കൊണ്ട് വീർപ്പുമുട്ടിയിരുന്നു കുട്ടി. മഴ വീണ്ടും പെയ്തുതുടങ്ങി, മേൽക്കൂരയിൽ ചരൽ വാരിയെറിയുന്നതുപോലെ. റാന്തൽ തലയ്ക്കടുത്ത് വെച്ച് കെടുത്തി കുട്ടിക്ക് അഭിമുഖമായി മൂത്തമ്മ തിരിഞ്ഞ് കിടന്നു. കുട്ടിയെ അറിഞ്ഞതുപോലെ മൂത്തമ്മ പറഞ്ഞുതുടങ്ങി: “ഓരോ മഴേത്തും ഇങ്ങനെ ഓരോ ജീവികള് വരുമെടാ. മുമ്പിൽത്തെ വയലില് വെള്ളം പൊന്ത്യാല് നല്ല ഒഴുക്കുണ്ടാവും. ദൂരന്നേ തൊടങ്ങുന്ന ഒഴുക്കാ, അയില് ഒലിച്ചുവരുന്നതാ..പൊരേന്റെ മുമ്പില് എത്താനാവുമ്പം വെള്ളത്തിന്റെ സുയിപ്പില്[1] തിരിഞ്ഞ് വാഴേലോ കവുങ്ങിലോ പറ്റി ഒരു നില്പ് അങ്ങനെ നില്ക്കും. ചാവാനായിറ്റുണ്ടാകും. ഞാൻ ഇങ്ങട്ട് കൊണ്ടുവരും. ഉഷാറായാ ഉഷാറായി. നേരെയായാൽ പോന്നപ്യപോകും. അല്ലാത്തത് കിട്ടുന്നതും തിന്ന് ഈടനിക്കും. അയിറ്റിങ്ങളെ സങ്കടം എനക്കും മനസ്സിലാകും, എന്റേത് അയിറ്റിങ്ങൾക്കും.. കുഞ്ഞക്കന്റെ കണ്ടത്തീന്ന് ഓല വലിക്കുമ്പളാണ് കീരിനെ കാണുന്നേ, ചോരേല് കുളിച്ചിറ്റ് കാണണായിരുന്നു. ഓല എടുക്കാൻ കൊണ്ട് വന്ന തെരിയ ഉലത്തി അതിലേക്കതിനെ ചുറ്റിയെടുത്ത് വീട്ടില് വന്നു. നാലഞ്ച് ദെവസം പച്ചമരുന്നാക്കീറ്റാ ഒന്ന് എണീച്ചത്, അതിന്റെ നന്ദീം സ്നേഹോം നല്ലോണം ഉണ്ട് പാവത്തിന്. എന്ത് പറഞ്ഞാലും കേക്കും. എനക്കറിയാം ഒരീസം അയിനും ഇട്ന്ന് പോണ്ടിവരും. ഒന്നും ഏതും ഈ ലോകത്ത് സ്ഥിരോല്ലല്ലോ..- മൂത്തമ്മ ദീർഘമായി നിശ്വസിച്ചു. കുട്ടി കണ്ണുകൾ അവരിലേക്ക് മാക്സിമം തുറന്ന് പിടിച്ചു. മഴ മൺചുമരിലൂടെ താഴേക്ക് ഒലിച്ചുവന്ന് ചാണകത്തറയിലെ കുഴികളിലേക്ക് ചേരട്ടയായി ചുരുണ്ടുകൂടുന്നു. ഇടയ്ക്ക് ഇങ്ങോട്ട് വരും എല്ലാം... ശരിക്കും മനുഷ്യരേക്കാളും മനസ്സിലാവുക മൃഗങ്ങൾക്കാ.. കടലിലെ വെള്ളംപോലെ കോരിയാലും കോരിയാലും തീരൂല അയിറ്റങ്ങളെ സ്നേഹം. മനുഷ്യമ്മാരെ പേടിയാ എനക്ക്...പേടീന്ന് പറഞ്ഞാ, ബയങ്കര പേടി..” മൂത്തമ്മ അസാധാരണമാം വിധം കിതച്ചു. കുട്ടി മുത്തമ്മയുടെ ചുക്കിച്ചുളിഞ്ഞ കൈ സ്പർശിച്ചു. “മനുഷ്യരൊന്നും വരലില്ല ഈട.. ഞാറ് നടാനോ മൂരാനോ വിളിക്കാൻ എപ്പഴെങ്കിലും ആരെങ്കിലും വന്നാലായി.. വീടും കരക്കേം[2] ചായ്പ്പും എല്ലാം ഓടും വാർപ്പുമായതോടെ മെടഞ്ഞ ഓല ആർക്കും വേണ്ടാതായി.. നേരം കൊല്ലാൻ ഇങ്ങനെ വെറുതെ മെടയുന്നന്നേ ഉള്ളൂ. ഹാ, അതൊരു കഥ..” മഴയുടെ ആവേശം തണുത്തു, വഴി തെറ്റിയവന്റെ പിടച്ചിൽ പോലെ. “ഒരു മഴയത്താ എന്നെ പെറ്റതെന്ന് അമ്മ എപ്പഴും പറയും. ചേറിക്കിട്ടിയ നെല്ലും കൊണ്ട് വീട്ടിലേക്ക് വരുന്നതായിരുന്നു അമ്മ. നാലാംവയലിലെത്ത്യതോടെ മഴ മുട്ടി. അമ്മക്ക് പെറാനും മുട്ടി. ചുറ്റിലും കണ്ടം മാത്രം. മരത്തിന്റെ ഒരു മറവും ഏട്യേം ഇല്ല. മഴയോട് മഴ. ഞാനാണെങ്കി ‘പൊറത്തേക്ക് വരണം..പൊറ

ത്തേക്ക് വരണം..' എന്നും പറഞ്ഞ് അമ്മയുടെ വയറ്റിന് ചവുട്ടോട് ചവിട്ട്. 'അടങ്ങിക്കെടക്കെടീ, നായിന്റാമോളെ..' എന്ന് ചീത്ത പറഞ്ഞൂത്രേ അമ്മ. ഒടുക്കം വേറെ വഴിയൊന്നൂല്ലാതെ നെല്ലുംചാക്ക് തലയാക്കിക്കെടന്ന് അമ്മ മഴേത്ത് പെറ്റു." കുട്ടിക്ക് കുളിര് കേറിപ്പോയി. അവൻ മൂത്തമ്മയെ കോർത്തുപിടിച്ചു. അവർക്ക് ചിരി വന്നു. "അങ്ങനെ എന്തെല്ലാംണ്ട്..." മൂത്തമ്മ നിശ്ശബ്ദയായി. 'അമ്മ ചത്തപ്പൊ ഒറ്റക്കായി ഞാൻ. ഇരുപ താറ്റോ പ്രായം. അമ്മയ്ക്ക് ഞാനും ഞാൻ അമ്മയ്ക്കും, അങ്ങനെയാ യിരുന്നു. ഇതേ പോലെ ഒരു കർക്കിടകത്തിലാ ചാവുന്നേ... ഒറ്റയ്ക്കല്ലേ, പേടിച്ച് വെറയ്ക്കും രാത്രീല്. ഒഴുക്കില് പെട്ട ഒരുതോണി ഒറ്റയ്ക്ക് കരക്കടുപ്പിക്കുന്ന പോലെ ഒറങ്ങാതെ എന്നെ പകലിലേക്ക് ഉന്തും ഞാൻ. കാലൻകോയി കൂവിയിട്ട് പോയ അങ്ങനേള്ള ഒരു ഇരുട്ടത്ത് ഒരാണ് വന്ന് എന്റെമേലേക്ക് ചക്കവീഴും പോലെ ഒറ്റവീഴല്. അമ്മേരൊപ്പം കൂലി പ്പണിക്ക് പോമ്പം കഞ്ഞിവെള്ളത്തിന്റെ ഞേറ്റുപാത്രം കാലില് പതു ങ്ങനെ തട്ടി ഞാൻ ഓറെ നോക്കലുണ്ടായിരുന്നു, ഓറ് എന്നേം. കഞ്ഞി വെള്ളം കാല് നനക്കും അന്നേരം. ഓറ് ഞാനുടുത്ത ലുങ്കി വലി ക്കാൻനോക്കി: "വേണ്ടപ്പാ ഒറ്റ ലുങ്ക്യേ ഇല്ലൂ, വലിച്ചാ കീറും. ഞാനയ ച്ചോളാം.." എന്ന് പറഞ്ഞ് ഞാനങ്ങയിച്ചു. കഞ്ഞിവെള്ളം മണത്തു ഓറെ. എല്ലാം കയിഞ്ഞ് ചിമ്മിണിവിളക്കില് ഓറെന്നെ നോക്കി കുറേ നേരം. ഞാനൊന്നും മിണ്ടീല. "ഞാൻ വേം വരും.. മങ്ങലം കയിക്കും.." പ റേമ്പം ഓറ് കരേന്നാൺക്കെ തോന്നി. ഓറ് പോയപ്പം ഞാൻ മിറ്റത്ത് എ റങ്ങി. പൊലരുവോളം മഴ കൊണ്ടു. ഓറ് പാവായിരുന്നു. വല്ല്യമറവി ക്കാരനാ, ചെല്ലപ്പോ, ചെല്ലപ്പോ എന്നെ മറന്നുപോയിറ്റ്ണ്ടാവും, പാവം.." മൂത്തമ്മക്ക് വീണ്ടും മിണ്ടാട്ടം മുട്ടി. മൂത്തമ്മയുടെ മുഖം കാണാനുള്ള കുട്ടിയുടെ ശ്രമം കട്ട പിടിച്ച ഇരുട്ട് മായ്ച്ചു കളഞ്ഞു. "മിറ്റത്തെ താളിൻചപ്പില കണക്കെയാണ് ഈ ഞാനെന്ന് ചെലപ്പം തോന്നും. എല്ലാ മരോം ചെടീം മഴേത്ത് സന്തോഷത്തില് കുളിച്ച് നില്ക്കുമ്പം നനയാനാ വാത്ത താളിൻചപ്പില പോലെ.. ഇന്നേവരെ ഒരു സന്തോഷവും നേരെ കിട്ടാത്ത, എല്ലാവരും ചിരിക്കുമ്പം കരേന്ന എന്ന പോലെ..." മഴ നിന്നു. "എന്തിനാപ്പാ ഞാനിതെല്ലം നിന്നോട് പറയ്ന്ന്.. ചെക്കാ കെടന്നോ.." മൂത്തമ്മ പിന്നെയൊന്നും മിണ്ടിയില്ല. മൂത്തമ്മ ചുരുണ്ടു. ഒച്ചയില്ലയ്മ യുടെ ഭാരം മുറിയിൽ വീർപ്പുമുട്ടി. അവരുടെ ശോഷിച്ച അമ്മിഞ്ഞക ളിൽ കുട്ടി മുഖമമർത്തി.

3

മൂത്തമ്മയുമൊത്ത് ദിവസങ്ങൾ പോകുന്നത് കുട്ടി അറിഞ്ഞതേയില്ല. മൂത്തമ്മ പോകുന്നിടത്തെല്ലാം വാലായി തൂങ്ങി അവൻ. അവർക്കൊപ്പാ അങ്ങ് ദൂരേയ്ക്ക് മൂരാൻ പോയി ഒരുദിവസം. മൂർന്ന് കെട്ടിയ കറ്റകൾ തലയിലെടുത്ത് ഉത്സാഹിച്ച് നടക്കുമ്പോൾ നെൽക്കതിരുകളുടെ ചില

ങ്കയിളക്കം കേട്ട് 'ദൈവമേ മഴേത്ത് ഞാൻ തെയ്യമായോ' എന്ന് അവൻ സന്തോഷിച്ചു.അന്ന് രാത്രി എന്തെന്നറിയില്ല മുറികളിലാകെ മിന്നാമിനുങ്ങുകൾ തിളക്കം കത്തിനിന്നു. എണ്ണയൊഴിഞ്ഞ കുപ്പി വൃത്തിയാക്കി കുറേയെണ്ണത്തിനെ അതിൽപിടിച്ചിട്ട് വൈദ്യുതിയുണ്ടാക്കാനുള്ള അവന്റെ ശ്രമം വിജയം കണ്ടില്ല.

കുട്ടി വന്നശേഷം നാല് നായ്ക്കുഞ്ഞുങ്ങൾ തരപ്പം വഴി മൂത്തമ്മയുടെ വീട്ടിലേക്ക് വന്നു. ആരോ തരപ്പത്തിൽ കെട്ടിവിട്ടതാണ്. സുയിപ്പിൽ കറങ്ങുന്ന തരപ്പം കണ്ടത് അവനാണ്. മൂത്തമ്മ തോട്ടികൊണ്ട് കുത്തി കരയിലേക്ക് അടുപ്പിക്കുകയായിരുന്നു. അവൻ നേതൃത്വം കൊടുത്തതുകൊണ്ടാകാം നാലു കുഞ്ഞുങ്ങളും വീടുമായി വേഗം ഇണങ്ങി.

ചില പകലുകളിൽ മുമ്പേ പോയ ആളുകൾ മൂത്തമ്മയെ തേടി വന്നു. ഇത് വരെയായി 2 ഉടുമ്പുകൾ, 3 ചേരകൾ, 4 അണ്ണാന്മാർ എന്നിവ മൂത്തമ്മയെ കാണാൻവന്നിട്ടുണ്ട് - എന്ന് കുട്ടിയുടെ കൈയിൽ കൃത്യമായ കണക്കുണ്ട്. എന്നാൽ മഴ താല്ക്കാലിക വിരാമമിട്ട ഒരു വൈകുന്നേരം മൂത്തമ്മയെ കാണാൻ വന്ന ആളുകളെ വിഭജിക്കാനും എണ്ണിയെടുക്കാനും കുട്ടിക്കായില്ല. അത്ഭുതം വന്ന് കുട്ടി അന്ന് മരിച്ചേനേ. അത്രയ്ക്കും ജീവികളുണ്ടായിരുന്നു. മൂത്തമ്മക്ക് അരികിൽ ഒറ്റയ്ക്കും കൂട്ടമായുമിരുന്ന് അവർ സ്നേഹം അറിയിച്ചു. കണ്ണ് നിറഞ്ഞ് മൂത്തമ്മയ്ക്ക് ഒന്നും പറയാൻ കഴിഞ്ഞില്ല, കുട്ടിക്കും. പലതരം ഒച്ചകൾ കൂടിക്കലർന്നു. ആകാശം വീണ്ടും കരിക്കട്ട തേച്ചുതുടങ്ങിയപ്പോൾ മനസ്സില്ലാമനസ്സോടെ അവ തിരിച്ചുപോയി. എല്ലാ ജീവികളും കണ്ണിൽ നിന്ന് മറഞ്ഞിട്ടും മൂത്തമ്മ ഏറെനേരം വാതിൽപടിയിൽ തന്നെ ഇരുന്നു. മഴ ചാഞ്ഞു കുട്ടിയുടെ നെഞ്ചിലൂടെ കൈകളിട്ട് സ്വയമറിയാതെ അവർ വടക്കൻപ്പാട്ട് മൂളി, മഴയിൽ അത് നേർത്തു.

4

ട്രൗസർ ഇട്ടു നടക്കുന്ന കുട്ടിയെ കുട്ടി കണ്ടു ഒരിക്കൽ സ്വപ്നത്തിൽ. കുട്ടിക്ക് മനസ്സിലായി, ട്രൗസർ ഇട്ട കുട്ടിയെ ട്രൗസർ ഇടാത്ത കുട്ടി ഇഷ്ടപ്പെട്ടു തുടങ്ങിയിരിക്കുന്നു.

5

വെള്ളം പൊന്തിപ്പൊന്തി താളിൻച്ചെടികൾക്കിടയിലേക്ക് നാവ് നീട്ടി തുടങ്ങിയ ഒരു രാത്രി. ചായയുടെ നിറം പിടിച്ചു വെള്ളം. വയലിൽ വാഴകളുടെ ശിരസ്സ് മാത്രം വെളിയിൽ കണ്ടു. നൊന്ത മൂർഖൻപാമ്പിനെപ്പോലെ വയലിലെ ഒഴുക്ക് പുളഞ്ഞു.

അന്ന് ഏറെ നേരം പുറംവാതിൽപ്പടിയിൽ ഇരുന്നൂ മൂത്തമ്മ. ചോറ് തിന്ന് മഴവെള്ളത്തിൽ കൈകഴുകി വന്ന് കുട്ടി മൂത്തമ്മയുടെ മടിയിൽ

കയറി. ശിരസ്സ് പതുക്കെ വായുവിലേക്കാട്ടി, അവനെ ഉറക്കത്തിലേക്ക് കൂട്ടിക്കൊണ്ട് പോയി അവർ. വൃദ്ധരായ മനുഷ്യർ നടക്കും പോലെ മഴ ദുർബ്ബലമായി. മലവെള്ളത്തിന്റെ ഇളക്കം. താളിൻചെടികളുടെ കോടിയ ഇലകൾ മനുഷ്യശിരസ്സുകളാകുന്നു. കാലുകൾ മണ്ണിൽ നിന്ന് വേർപെടുത്താനാകാതെ,നിസ്സഹായതയോടെ ശരീരങ്ങൾ ഇളകുന്നു. "എടാ, കണ്ടോ, പുളിമരത്തിനടത്ത് ഒരു തരപ്പം. അയിന് മോളിൽ എന്തോ ഉണ്ട്..." കുട്ടിയുടെ ഉറക്കം തകർത്ത് തരിപ്പണമാക്കി മൂത്തമ്മ ചാടിയെണീറ്റു. സ്വപ്നം തന്ന വിഭ്രമത്താൽ അവന് കുറച്ചു നേരം ഒന്നും മനസ്സിലായില്ല. മഴ നിലച്ചിരുന്നു. റാന്തൽ കത്തിച്ച് താളിൻചെടികൾക്കറ്റത്ത് വന്ന് അവർ എത്തിനോക്കി, കുട്ടിയും. വെളിച്ചം വെള്ളത്തിലൂടെ ചിതറി തരപ്പത്തിനടുത്തെത്തി. ശരിയാണ്, തരപ്പത്തിന് മുകളിൽ ഒരു ചാക്കുകെട്ട്. "നീ ഇത് പിടി... ഞാനത് കരയ്ക്കടുപ്പിക്കട്ട്..." "വേണ്ട, മൂത്തമ്മേ, ഈ ഇരുട്ടത്ത്...നല്ല വെള്ളോണ്ടാവും..." കുട്ടി പേടിച്ചു. "കൊഴപ്പമൊന്നൂണ്ടാവില്ലെടാ... നീ ഇത് പിടി..." റാന്തൽ അവന്റെ കൈയിൽ പിടിപ്പിച്ച് മൂത്തമ്മ തരപ്പത്തിനടുത്തേക്ക് നീന്തി. വെളിച്ചം ഓളങ്ങളായി. ചീവീടുകളുടെ കൂട്ടക്കരച്ചിൽ വെള്ളത്തിൽ പരന്നു. തരപ്പം ഉന്തി താളിൻച്ചെടികൾക്കടുത്തേക്ക് മൂത്തമ്മ നീന്തിവരുന്നത് ആശ്ചര്യത്തോടെ കുട്ടി കണ്ടു. ഇരട്ടത്തരപ്പമായിരുന്നു. അറ്റത്തെ വാഴപ്പൊന്തിൽ കൈവെച്ച് അവൻ തരപ്പം അടുപ്പിക്കാൻ സഹായിച്ചു. ചാക്കുകെട്ട് തരപ്പത്തിന് മുറുക്കിക്കെട്ടിയ നിലയിലായിരുന്നു. "എന്തോ പിടയ്ക്കുന്നുണ്ട്.." മൂത്തമ്മ പറഞ്ഞു. അവൻ റാന്തൽ അടുപ്പിച്ചു, ദുർബ്ബലമായ അനക്കമുണ്ട്. "അഴിക്കണ്ട മൂത്തമ്മേ... കടിക്കുന്നതായിരിക്കും..." കുട്ടിയുടെ നെഞ്ച് ചെണ്ടകൊട്ടി, ഇരുട്ട് കൂടുതൽ കനത്തത് പോലെ. ചീവീടിന്റെ കരച്ചിൽ പൊടുന്നനെ നിശ്ചലമായി. "എന്നെ ഒന്നും കടിക്കൂല...എനക്കതൊറപ്പുണ്ട്.." നായ്ക്കളും കീരിയും പൂച്ചകളും എന്തിനും തയ്യാറായി പുറത്തേക്ക് വന്നു, അവന് കുറച്ച് ധൈര്യം വന്നു. മൂത്തമ്മ കെട്ടഴിച്ചു. ചാക്ക് വലിച്ചു. ഞെട്ടൽ കുട്ടിയുടെ കഴുത്തിന് പിടിച്ചു, ഒരു മനുഷ്യൻ! കൂനിവളഞ്ഞ് മുഖം ചുളിഞ്ഞ് മെല്ലിച്ച ഒരു വൃദ്ധൻ. "മൂത്തമ്മേ..." എന്ന് അലറിക്കരഞ്ഞൂ അവൻ. നിവർത്തുന്തോറും ചുരുങ്ങീ അയാൾ. ശ്വാസം നിലച്ചിരുന്നില്ല. അയാളുടെ ദൈന്യമായ കണ്ണുകൾ മൂത്തമ്മയിൽ ഉപേക്ഷിച്ചു. അല്പനേരം ചലനമറ്റു മൂത്തമ്മ. വേഗം അടുക്കളയിൽ നിന്ന് വെള്ളമെടുത്ത് വന്ന് അയാളുടെ തൊണ്ട നനച്ചു. അയാൾ മൂത്തമ്മയെത്തന്നെ നോക്കി. പൂച്ചകളും കീരിയും നായ്ക്കളും മൂത്തമ്മയ്ക്ക് അരികിൽ വന്നു. വലിയ നായ ദീർഘമായി ഒന്ന് മോങ്ങി. അയാളൊന്ന് കുറുകി. ഒരു ചെറിയ പിടച്ചിൽ, തരപ്പത്തിലേക്ക് ശിരസ്സ് ചെരിഞ്ഞു. മൂത്തമ്മയിൽ ഒരു ദീർഘനിശ്വാസമുതിർന്നു, കണ്ണുകൾ നിറഞ്ഞു. നായ്ക്കളും കീരിയും പൂച്ചകളും മുറിയിലേക്ക് മടങ്ങി. പൊടുന്നനെ ഒരു

ബലം കിട്ടിയപോലെ മൂത്തമ്മ ചായ്പിൽനിന്ന് ഉലുക്കോട്ട് എടുത്ത് വന്നു. താളിൻചെടികൾക്കിടയിൽ ഒരു കുഴികുത്തി, വലുതാവും തോറും വെള്ളം കുഴിയിലേക്ക് കുത്തിവന്നു. കുഴിയുടെ നാലറ്റത്ത് മണ്ണുയർത്തിയിട്ട് വെള്ളം തടഞ്ഞു. ചിരട്ട കൊണ്ട് കുഴിയിലെ വെള്ളം കളഞ്ഞു. അയാളെ കുഴിയിലേക്ക് കിടത്തി. കുഞ്ഞിനെപ്പോലെ മണ്ണിൽ ചുരുണ്ടുകൂടി അയാൾ. കുഴിമൂടി. മണ്ണ് ചവുട്ടിയുറപ്പിച്ചു. പറിഞ്ഞുപോയ താളിൻചെടികൾ വീണ്ടും നട്ടു. നിലവിളിയായി മഴ വീണ്ടും വന്നു. കുട്ടി അകത്തേക്ക് പാഞ്ഞു, മുഴുവൻ നനഞ്ഞു മൂത്തമ്മ. വാതിൽപ്പടിയിൽ റാന്തലും പിടിച്ച് കുട്ടി നിന്നു, മൂത്തമ്മയെ വിളിച്ചില്ല. ആ നേരം മുത്തമ്മയെ വിളിക്കരുതെന്ന് അവനറിയാമായിരുന്നു.

കുളിച്ചുതോർത്തി മൂത്തമ്മ അടുത്ത് വന്നപ്പോൾ കുട്ടി ചോദിച്ചു: "ആരാ, മുത്തമ്മേ അത്...?" അകത്തെ മുറിയിൽ പൂച്ചയുടെ കുറുകൽ. അവരവനെ തന്നോട് ചേർത്തു. "നീ ഒന്നും കണ്ടിറ്റാട്ടോ..ഒന്നും.." മൂത്തമ്മയിൽ വാക്കുകൾ മന്ത്രങ്ങളായി. അവരുടെ ശരീരത്തിന് പതിവിലധികം ചൂടുണ്ടായിരുന്നു.

മഴ ചെകുത്താനായി അലറി. മൂത്തമ്മയെ മുറുകെപ്പിടിച്ച് കുട്ടി കണ്ണ് ചിമ്മി. ചെവിയിൽ മഴയുടെ പേടിപ്പിക്കുന്ന ഇരമ്പൽ. ചുവന്ന ഇരുട്ട്. "ആരോ അപ്രത്ത് നിക്ക്ന്ന്ണ്ട്. എന്നെ പോലെത്തന്നെ... എന്തന്ന്പ്പാ ആട നിക്ക്ന്ന്... അകത്ത് വന്നൂടേ..." ഒരു ഉറക്കം കഴിഞ്ഞ് കുട്ടി ഉണരുമ്പോൾ മൂത്തമ്മ ആരോടെന്നില്ലാതെ പറയുന്നു,കൈകൾ ശിരസ്സിന് ചുറ്റിപ്പിടിച്ച് പായയിൽ കുത്തിയിരിക്കുകയാണ്. "മൂത്തമ്മേ... ഏയ്, മൂത്തമ്മേ.." കുട്ടി കുലുക്കി വിളിച്ചു. അവർ ഒന്ന് ഞെട്ടി. അവനെ നോക്കി. അവന്റെ നെറ്റിയിലമർത്തിയൊന്ന് ഉമ്മം വെച്ചു. "എന്തോ സ്വപ്നം കണ്ടതാടാ... ഓരോന്നോർത്ത് കെടന്നതല്ലേ..." അടുക്കളയിൽ നിന്ന് ഒരു ഗ്ലാസ് വെള്ളമെടുത്ത് കുടിച്ച് അവർ വന്ന് വീണ്ടും കിടന്നു. കുട്ടി പുതപ്പ് തലയ്ക്ക് മീതെ മൂടി.

6

ഉണരുമ്പോൾ കുട്ടി അമ്മയുടെ മടിയിലായിരുന്നു. മൂത്തമ്മയെയോ മൂത്തമ്മയൂടെ സ്വന്തം ആളുകളെയോ എവിടെയും കണ്ടില്ല. താളിൻചെടികൾ ഭൂമിയിലേക്ക് തല കുനിച്ച് പതിവുപോലെ നിസ്സംഗരായി. മൂത്തമ്മ മുറ്റത്തു നില്ക്കുന്നുണ്ടെന്ന് കുട്ടി വെറുതെ ആശിച്ചു. അവൻ അമ്മയിലേക്ക് മുഖമമർത്തി, പടർന്ന് വന്ന വെയിലിനെ നോക്കി.

7

കണ്ണിച്ചിറയിലേക്കുള്ള ബസിൽ കുട്ടി അമ്മയുടെ സീറ്റിൽ അറ്റത്തിരുന്നു. കടന്നുപോകുന്ന ഒന്നിനോടും അവൻ റ്റാറ്റ പറഞ്ഞില്ല. കാറ്റ് വീശി. മഴ ചിന്നിച്ചിമ്മി. പെട്ടെന്ന് ഒരു തോന്നലിൽ അവൻ കുപ്പായ

ത്തിന്റെ കീശ അല്പം വിടർത്തി. കീശയുടെ ഇടതുമൂലയിൽ ഒരു നെന്മണി ഉണ്ടായിരുന്നു. മൂത്തമ്മയെ ഓർമ്മ വന്നു. അവൻ ശ്രദ്ധയോടെ അത് കൈയിലെടുത്തു. അതിൽ മുളപൊട്ടിയിരുന്നു, വൃദ്ധസന്യാസിമാരുടെ താടിരോമങ്ങൾപോലെ നേർത്ത് വെളുത്ത വേരുകൾ കീഴേക്ക് വളഞ്ഞുതൂങ്ങി. രണ്ട് തളിരിലകൾ ആകാശം കണ്ടു. കുട്ടിയുടെ കണ്ണ് നിറഞ്ഞു. പൊടുന്നനെ ഒരു കാറ്റ് വന്നു. അവന്റെ കൈയിലെ നെന്മണിയുമെടുത്ത് കാറ്റ് പോയി. കുട്ടി കരഞ്ഞു.

പാവം കുട്ടി, കരയുവാനല്ലാതെ അവനെന്ത് ചെയ്യുവാൻ കഴിയും!

പാവം കാറ്റ്, കുട്ടിക്ക് വേണ്ടിയാണ് ചെയ്തതെന്ന് കുട്ടി എന്നാവാം മനസ്സിലാക്കുക!

പൊക്കൻ

സ്കൂളിൽ പോവാൻ മടിച്ച് പാലങ്കിക്കുന്നിലെ പറങ്കിമാവിന്റെ ആകാശം മുട്ടുന്ന കൊമ്പിൽ അള്ളിപ്പിടിച്ചിരിക്കവേയാണ് കൂനൻപൊക്കനെ ഞാൻ ആദ്യമായി കാണുന്നത്. പാലങ്കിക്കുന്ന് മരങ്ങൾ കെട്ടിപ്പിടിച്ചു നില്ക്കുന്ന സ്ഥലമാണ്. വഴിയിൽ ആൾസഞ്ചാരം കുറവാണ്. ആ ആനുകൂല്യം മുതലെടുത്താണ് ഞങ്ങൾ സ്കൂൾ ഇങ്ങോട്ടേക്കു മാറ്റിയത്. അപ്പുറത്തെ മരത്തിൽ എന്നെപ്പോലെത്തന്നെ മടിയും തടവിപ്പിടിച്ച് വർഷയും കയറിയിരിക്കുന്നുണ്ടായിരുന്നു. പെണ്ണാണെന്നുള്ള പേടിയൊന്നുമില്ല അവൾക്ക്. ഞാനിരിക്കുന്നതിനേക്കാൾ ഉയരത്തിലുള്ള കൊമ്പിലാണവളുടെ ഇരിപ്പ്.

ഷർട്ടിനുള്ളിലൊളിപ്പിച്ച പുസ്തകവും കഞ്ഞിപ്പാത്രവും എന്നെ പെരുവയറനാക്കി. നാലുമണിബെല്ല് കേൾക്കുംവരെ ഇങ്ങനെയിരുന്നേ മതിയാവൂ. ഞങ്ങളുടെ വിധി. അല്ലാതെന്തു പറയാൻ. വൈകുന്നേരംവരെയുള്ള നിരാഹാരം തുടർച്ചയായ മൂന്നാംദിവസം പിന്നിട്ടിരിക്കുന്നു. വയറിന്റെ ഭീഷണികളെയെല്ലാം എതിർത്തു തോല്പിച്ച് നാലു മണിവരെ ഞങ്ങൾ പിടിച്ചുനില്ക്കും. കാറ്റു വന്ന് 'പോടാ..പോ'എന്ന് ഒരു ആട്ട് ആട്ടും. മരം ഇളകിയാടും. പക്ഷികൾ മരക്കൊമ്പിലിരുന്ന് 'മടിയൻ മല ചുമക്കും'എന്നു പരിഹസിക്കും. വെയിൽ ഇലകൾക്കിടയിലൂടെ ഇറങ്ങി വന്ന് 'സ്കൂളിൽ പോവാനാ പറഞ്ഞത്'എന്ന് കണ്ണിനു കുത്തി പേടിപ്പിക്കും. ഞങ്ങൾ പാറപോലെ ഉറച്ചുനില്ക്കും.

പത്തുമണിബെല്ലടിച്ച് കുറച്ചു കഴിഞ്ഞപ്പോഴാണ് പൊക്കൻ കുന്ന് കയറുന്നതു കാണുന്നത്. ക്ലാസുകളിലേക്ക് സ്കൂൾ നിശ്ശബ്ദമാവുന്നത് ഇലകൾക്കിടയിലൂടെ ഞാൻ നോക്കുകയായിരുന്നു. "ദാണ്ടെടാ, കൂനൻ പൊക്കൻ..." വർഷ താഴേക്ക് വിരൽ ചൂണ്ടി. വഴി മൂടിക്കിടക്കുന്ന കമ്യൂണിസ്റ്റ് പച്ചകളെ പരിഗണിക്കാതെ നീളം കുറഞ്ഞ, കറുത്തു മെല്ലിച്ച,

വലിയ കൂനുള്ള ഒരു മനുഷ്യൻ കുന്ന് കയറുന്നു. പൊട്ടിപ്പോയ ഒരു വില്ല് ചരടുവലിച്ച് കെട്ടാൻ സ്വയം ശ്രമിക്കുന്നതുപോലെ തോന്നി, അയാളുടെ ധിറുതിപിടിച്ചുള്ള നടത്തം കണ്ടപ്പോൾ. വലംകൈയിൽ രണ്ടായി മടക്കാവുന്ന കുട അയാൾ മുറുകെ പിടിച്ചിരിക്കുന്നു.

നിമിഷനേരങ്ങളിൽ ഞങ്ങളെ കടന്ന് കുന്നിന്റെ ഉച്ചിയിലേക്ക് അയാൾ നടന്നുകയറി. ഒരു മഴ അയാൾക്കു പിറകേ വന്നു. ഞങ്ങൾ കുട ഉയർത്തി. അയാൾ കുട ഉയർത്തിയില്ല. മഴ മറിച്ചും തിരിച്ചും പ്രഹരിച്ചുവെങ്കിലും മടക്കിവെച്ച കുട അയാൾ തുറന്നേയില്ല. വഴുക്കലിൽ വീഴാതിരിക്കാൻ കൊമ്പുകളിൽ കൈകൾ മുറുക്കുംനേരം വർഷ പറഞ്ഞു: "അയാക്ക് പ്രാന്താടാ. കൊന്നാലും കുട തൊറക്കൂല. എത്ര മയ പെയ്താലും..."

ഞാൻ അവളെ നോക്കി.

"പൊലരുന്നതിന് മുമ്പേ പൊക്കൻ നടത്തം തുടങ്ങും. രാത്രിയാവുമ്പരെ. കുടേം കൈയിലുണ്ടാവും. ഒരക്ഷരം മിണ്ടൂല. ഏട്ത്തേക്കാണ് നടക്കുന്നെന്നറിയില്ല. നടത്തത്തോട് നടത്തം.... പ്രാന്തന്നെ.. നട്ടപ്രാന്ത്.."

ഇപ്പോൾ, കുന്നിൻമുകളിൽ ഒരു പൊട്ടുപോലെ പൊക്കൻ.

"പൊക്കനെപ്പോലെന്നെ അമ്മ നാരായണിക്കും പ്രാന്തുണ്ട്. വെളിച്ചം കണ്ടാല് നാരായണിക്ക് സൂക്കേടിളകും. അതോണ്ട് എപ്പഴും വെളിച്ചം കടക്കാത്ത മുറീലാ. ആ വീട്ടില് ഈ രണ്ട് പ്രാന്തമ്മാരേ ഉള്ളൂ. കാണണ്ട കായ്ചയായിരിക്കും..."

ഇപ്പോൾ, കുന്നിൻമുകളിൽ നരച്ച ആകാശം മാത്രം.

അവൾ കൈയിലെ മഴ കുടഞ്ഞു.

മഴ കൂനൻപൊക്കനൊപ്പം കുന്ന് കയറി. ഇലകളിലെ മഴ കുടയിലുറ്റി.

ഞങ്ങളുടെ ഒളിച്ചുകളി രാത്രി കൈയോടെ പിടിക്കപ്പെട്ടു. രണ്ടു പച്ച ഈർക്കില് പിരിച്ചുകെട്ടി വർഷയുടെ പിറകേ ദാമുവേട്ടൻ വീട് ചുറ്റുന്നത് നാർച്ചിക്കാടിനു പിറകിൽ കുത്തിയിരുന്ന് ഞാൻ നോക്കി. കണ്ടത്തിൽ കബഡി കളിച്ചു വരുകയായിരുന്നു ഞാൻ. രണ്ടാമത്തെ വട്ടംചുറ്റലിൽ കൈയിന്നെ വർഷ പിടിക്കപ്പെട്ടു. അവളുടെ വലതുകൈ പിടിച്ച് ആകാശത്തിലേക്ക് ഉയർത്തി ദാമുവേട്ടൻ അടിയോടടി. സന്ധ്യയുടെ നിശ്ശബ്ദതയിൽ വർഷയുടെ തൊള്ള പൊളിയുന്ന കരച്ചിൽ വഴികളിൽനിന്ന് വഴികളിലേക്കു തെറിച്ചു. "അച്ഛാ, തല്ലല്ലേ അച്ഛാ... നാളെപ്പോവാച്ഛാ..." എന്നു കരച്ചിലിനിടയിൽ അവൾ എക്കിട്ടയിട്ടു.

വീട്ടിലേക്കു നടക്കുമ്പോൾ എന്റെ ഹൃദയം ടക്കടക്കയടിച്ചു. തലകുത്തനെ പിടിച്ച് വീടു കയറി. മുരിങ്ങാമരത്തിന്റെ കൊമ്പിൽ ഒളിച്ചിരുന്ന പൂവൻകോഴിയെ പിടിച്ച് കൂട്ടിലിട്ടു. കാലും മുഖവും കഴുകി. വിളക്കു കത്തിച്ച് ഉച്ചത്തിൽ രാമനെ വിളിച്ചു. പ്രാർത്ഥന കഴിഞ്ഞ് ഇറങ്ങിയതും നടുംപുറത്ത് ഒരു പടക്കം പൊട്ടി. ശ്വാസം ദമ്മ് കെട്ടിപ്പോയി. 'തല്ലല്ലേ...അമ്മേ...'എന്നു വിളിച്ചു പറയാൻ ഒച്ച വന്നില്ല. താഴേക്കു വീഴുന്ന

ട്രൗസറിൽനിന്ന് വിമുക്തനായി പുറത്തേക്കു പാഞ്ഞു. “നിക്കെടാ നായിന്റെ മോനേ.. നിന്നെയിന്ന് ഞാൻ കൊല്ലും...” തിരിച്ചുവന്ന ശ്വാസം ആവതും വലിച്ചുകയറ്റി ഞാൻ. ഇരുട്ട് വകവെക്കാതെ കാലുകൾ ലോങ് ജംപ് ചെയ്തു. അന്നത്തെ നടത്തത്തിനു വിരാമമിട്ട് പൊക്കൻ എനിക്കു മുന്നിലൂടെ നടന്നുപോയി. കരച്ചിലിന്റെ ഉത്തുംഗശൃംഗങ്ങൾ കീഴടക്കിക്കൊണ്ടിരുന്ന എന്നെ അയാൾ ശ്രദ്ധിച്ചതേയില്ല.

“ഇന്ന് നീ വീട്ടിൽ കേറുന്നത് നോക്കട്ട്... ആവുന്നായിറ്റല്ല* നിന്നെയൊക്കെ പടിപ്പിക്കാൻ പറഞ്ഞയക്ക്ന്ന്.”

അമ്മയുടെ അന്ത്യശാസനം കളത്തിൽനിന്ന് മുഴങ്ങി.

ചീവീടുകളുടെ കപ്പിയിൽ കയറുവലി കേട്ടുകൊണ്ട് ഇരുട്ടിന്റെ മുകളിൽ ഞാൻ കുത്തിയിരുന്നു. തലയ്ക്കു മുകളിലൂടെ കടന്നുപോയ നക്ഷത്രങ്ങളെ എണ്ണി. കടന്നുപോയ വിമാനത്തെ ചൂണ്ടുവിരൽകൊണ്ട് വെടിവെച്ചിട്ടു. അമ്മമ്മ ചിമ്മിനിവിളക്കും കത്തിച്ച് കൂട്ടാൻ വരുന്നതു കണ്ടപ്പോൾ ഞാൻ എഴുന്നേറ്റു. അമ്മമ്മയുടെ കൈയിലുള്ളത് കലങ്ങിത്തെളിഞ്ഞതിന്റെ ചിമ്മിനിവിളക്കാണെന്ന് എനിക്കറിയാം.

അന്നത്തെ രാത്രിയുടെ സ്വപ്നത്തിൽ പൊക്കനൊപ്പം മലകൾ കടന്ന് വേഗത്തിൽ നടന്നുപോയി ഞാൻ. ഒരു കാറ്റാടിമരത്തോളം പൊക്കമുണ്ടായിരുന്നു എനിക്ക്. കടുകുമണിയോളം ചെറുതായിരുന്നു പൊക്കൻ. ഞങ്ങൾ ഒരേ വേഗത്തിലായിരുന്നു. ഒരു നിലവിളിക്ക് മുക്രയിടേണ്ടിവന്നു സ്വപ്നത്തിന്റെ കയറു പൊട്ടാൻ.

പിറ്റേന്ന് സ്കൂളിലേക്കു പോകുമ്പോൾ അങ്ങാടിവരെ അമ്മ കൂടെ വന്നു. പാതിവഴിക്കെത്തിയപ്പോൾ പൊക്കൻ ഞങ്ങളെ കടന്നുപോയി. ഞാൻ അയാൾക്കൊപ്പം തുള്ളിത്തുള്ളി. ദാമുവേട്ടന്റെ കൈകളിൽത്തൂങ്ങി വർഷ വരമ്പ് കയറിവരുന്നതു കണ്ടെങ്കിലും കാത്തുനിന്നില്ല. ഒരു കാറ്റുപോലെ ധിറുതിപിടിക്കുന്ന പൊക്കനെ തോല്പിക്കാനായി ഞാൻ നടന്നോടി. “എടാ, നില്ക്കെടാ..” അമ്മയുടെ വിളിക്ക് വിലകൊടുത്തില്ല. ഇങ്ങനെയൊരുത്തൻ പിറകിലുണ്ടെന്ന് പൊക്കൻ വിചാരംകൊണ്ടില്ല. സ്കൂളിലേക്കുള്ള ഇടവഴിയിൽനിന്ന് താഴോട്ടേക്കുള്ള ഇറക്കത്തിലേക്ക് പൊക്കൻ കാലുകൾ നീട്ടി. ഞാൻ അയാളെത്തന്നെ നോക്കിനിന്നു. “നിനക്കെന്താടാ, പൊക്കനെപ്പോലെ പ്രാന്തായോ.” വർഷ അടുത്തെത്തി. അവൾ എന്റെ വിരൽ പിടിച്ചുതിരിച്ചു. ഞാൻ അവളുടെ മുടി പിടിച്ചുവലിച്ച് തല മണ്ണിലേക്കു ചെരിച്ചു. “അയാളെ നടന്ന് തോപ്പിക്കാൻ നോക്ക്യതാ... തോറ്റോയി.”

പിണ്ണാക്കുംവെള്ളത്തിനായി കുറ്റി പൊട്ടിച്ചു വരുന്ന പശുവിനെപ്പോലെ ഒരു മഴ കാറ്റിന്റെ വാലു പൊക്കി വന്നു. കുട നനയ്ക്കാതിരിക്കാൻ ഞാൻ സ്കൂളിലേക്ക് ഒറ്റയോട്ടം.

“ഇപ്പൊ നീ ശരിക്കും കൂനൻ പൊക്കനായി...”

കുട തുറന്ന് വർഷ പിറകിൽനിന്ന് കൂക്കി.

II

പല വഴികളിലും എനിക്കു മുന്നിലൂടെ പൊക്കൻ നടന്നുതുടങ്ങുന്നു. സ്കൂളിൽനിന്ന് വരുമ്പോൾ പലപ്പോഴും പൊക്കനെ കാണും. കൂടെയുള്ളവരെ വിട്ട് ഞാൻ പിറകേ നടക്കും. "പൊക്കാ"എന്നു വിളിക്കും. നോക്കില്ല.

ഇടംകൈയിലെ കുട വലംകൈയിലേക്കു മാറ്റിപ്പിടിച്ച് വേഗം നടക്കും.

"ഇതെന്തൊര് സാധനമാണീ പൊക്കൻ.... ഒന്ന് മിണ്ടിക്കൂടേ?"

നടത്തത്തിനിടയിൽ ഞാൻ ചോദിക്കും.

മിണ്ടില്ല.

"ഇതെന്ത് കണ്ടുപിടിക്കാനാ പൊക്കൻ ഇങ്ങനെ നടക്കുന്നേ?"

നടത്തത്തിനിടയിൽ ഞാൻ ചോദിക്കും.

മിണ്ടില്ല.

"ഇതെങ്ങോട്ടാ ഈ പൊക്കന്റെ നടത്തം?"

നടത്തത്തിനിടയിൽ ഞാൻ ചോദിക്കും.

മിണ്ടില്ല.

"ഇങ്ങനെ നടന്നിട്ടെന്ത് കിട്ടാനാ പൊക്കന്?"

നടത്തത്തിനിടയിൽ ഞാൻ ചോദിക്കും.

മിണ്ടാപ്പൂതമാവും പൊക്കൻ.

എന്നെങ്കിലും ഒരിക്കൽ നടത്തം നിർത്തി പൊക്കൻ എന്നോട് വർത്തമാനം പറയുമെന്ന് ഞാൻ പ്രതീക്ഷിച്ചു.

എന്നെങ്കിലും ഒരിക്കൽ പൊക്കനെ നടന്നു തോല്പിക്കുമെന്ന് ഞാൻ പ്രതീക്ഷിച്ചു. ശ്വാസം കിട്ടാതാവുംവരെ ഞാൻ പിന്തുടരും. പൊക്കനെ നടന്നു തോല്പിക്കാനുള്ള ശ്രമം എനിക്ക് ഏറെ ഹരം തന്നു. അക്കൊല്ലം ക്ലബ്ബിന്റെ വാർഷികത്തിനു കുട്ടികൾക്കായി നടത്തിയ നടത്തമത്സരത്തിൽ എനിക്ക് ഒന്നാംസ്ഥാനം കിട്ടി. രണ്ടാംസ്ഥാനക്കാരൻ രണ്ടു ഗ്രൗണ്ട് പിറകിലായിരുന്നു.

കാണുമ്പോൾ വഴികൾ നീളുന്നു. എൽ പി സ്കൂൾ വിട്ട് ഞാൻ യു പിക്കാരനാവുന്നു. പൊക്കനു പിറകേയുള്ള നടത്തം എന്റെ അജണ്ടയിൽനിന്ന് വഴുതിമാറുന്നു. കബഡികളി, ഡെച്ചൻ നാരായണേട്ടന്റെ അടുക്കൽനിന്ന് അമ്പതുപൈസ വാടകയ്ക്ക് സൈക്കിളെടുത്ത് വഴിവട്ടംചുറ്റൽ, ഫുട്ബോൾ കാണൽ, രാജുവേട്ടന്റെയടുത്ത് വി സി പിയിൽ സിനിമ കാണാൻ പോകൽ. അങ്ങനെയങ്ങനെയുള്ള പലപല വഴികളിലേക്കു ഞാൻ വഴുതി മാറി. ആ വഴികളിലൂടെ ഇടയ്ക്കിടെ പൊക്കൻ നടന്നുപോവും. "ഏ.. കൂനൻപൊക്കാ.... കൂനും പ്രാന്തും കൊണ്ട് എങ്ങോട്ടാ പൊക്കാ പോക്ക്' എന്ന കൂട്ടുകാരുടെ ഒന്നിച്ചുള്ള ശരണംവിളിയിൽ ഞാനും ചേരും.

എന്നാലും പൊക്കനെ കാണുന്ന മാത്രയിൽ എന്റെ കാലുകൾ ഒന്നു

പിടയ്ക്കും, അറിയാതെ ഞാൻ പൊക്കനെ നോക്കിനില്ക്കും.

ഒരു ദിവസം പൊക്കന്റെ വീട് ഞാൻ കണ്ടു. ക്ലബ്ബിന്റെ വാർഷികോത്സവപ്പിരിവെടുക്കാനായി പോയതായിരുന്നു. പുഴയ്ക്കക്കരെയായിരുന്നു ഞങ്ങൾക്കു പിരിവിനായി നിശ്ചയിച്ചത്. പല വീടുകളിലേക്കു കൈനീട്ടി അന്നത്തെ പിരിവ് മതിയാക്കാൻ തീരുമാനിച്ച സമയം. ഇരുട്ട് പടർന്നിരുന്നു. കാടുപിടിച്ചു നില്ക്കുന്ന ഒരു വീടു കണ്ട് ഇവിടെക്കൂടി കയറിയിട്ട് നിർത്താം എന്നു തീരുമാനിച്ചു തിരിയുമ്പോൾ വഴിപോകുന്നയാൾ കൈകൊട്ടി വിളിച്ചു. "അങ്ങോട്ട് പോവണ്ട. അത് കൂനൻപൊക്കന്റെ വീടാണ്...."

മറ്റുള്ളവർ അയാൾക്കു മറുകൊട്ട് കൊട്ടി തിരിച്ചുനടന്നപ്പോൾ ഞാൻ നിന്നു.

"നിങ്ങള് വിട്ടോ...ഞാനെത്തിക്കൊള്ളാം."

"ഹാ, മനസ്സിലായി മനസ്സിലായി.. തൂറാൻ മുട്ടുന്നുണ്ടാവും..."

"നീയിങ്ങനെ തൂറിയാൽ അവസാനം തൂറിത്തൂറിച്ചാവും. പറഞ്ഞില്ലെന്ന് വേണ്ട..."

"പോടാ...പട്ടികളേ.." എന്ന് തെറിവിളിച്ച് ഞാൻ വീടിനരികിലേക്കു വന്നു.

ഉറവയിട്ട ഭയത്തിന്റെ വായയ്ക്ക് ആകാംക്ഷയുടെ മണ്ണു വാരിയിട്ടു.

വീട് അകത്തുനിന്ന് പൂട്ടിയിരുന്നു. പൊക്കൻ വന്നിട്ടുണ്ടാവും. പുറംചുമരിലെ ജനലിൽ വീണ തുളയിൽ കണ്ണ് പിടിപ്പിച്ചു. അകത്ത് കുത്തുന്ന ഇരുട്ട്.

ഇരുട്ടിൽ പൊക്കൻ പറയുന്നു: "ഒരു വഴിയും ശരിയല്ല അമ്മേ.. എല്ലായിടത്തും വെളിച്ചമാണ്. ഒറ്റപ്പൊടി ഇരുട്ടില്ല..."

പൊക്കൻ പറഞ്ഞത് എനിക്കു മനസ്സിലായില്ല.

അമ്മയുടെ മൂളൽ, മുഖമൊന്നു കണ്ടിരുന്നെങ്കിൽ.. ഇരുട്ടത്ത് കാണാൻ കണ്ണിനു കഴിയാത്തതെന്താണ്...?

നിശ്ശബ്ദത മാത്രം. ഇരുട്ട് പരമാവധി കറുത്തു.

ജനല് വിട്ട് ഞാൻ വഴിയിലേക്കിറങ്ങി.

പിറ്റേ ദിവസം കുന്നിറങ്ങി വരുന്ന പൊക്കനു പിറകേ വെച്ചുപിടിച്ച് ഞാൻ പറഞ്ഞു, "ഇന്നലെ പൊക്കന്റെ വീട് കണ്ടു. പൊക്കനേം കണ്ടു, പൊക്കന്റെ അമ്മേനേം കണ്ടു..."

പൊക്കൻ നടത്തം നിർത്തും. തിരിഞ്ഞുനോക്കും. എന്തെങ്കിലും പറയും. ഞാൻ വിചാരിച്ചു. ഒന്നുമുണ്ടായില്ല. ഓടുന്നതുപോലെയായി പൊക്കന്റെ നടത്തം. "പൊക്കാ... ഒന്ന് നില്ക്കെന്റെ പൊക്കാ..." എന്റെ അഭ്യർത്ഥന വെറുതേയായി. താഴ്‌വാരത്തിലെ പച്ചയിലേക്ക് പൊക്കൻ അദൃശ്യനായി. മരങ്ങളിൽനിന്ന് കാക്കകൾ കൂട്ടത്തോടെ ആകാശത്തിലേക്കു ചിറകടിച്ചു. കാക്കക്കരച്ചിൽ ചെവികളെ കൊത്തിപ്പറിച്ചു.

പ്രീഡിഗ്രിക്കു പഠിക്കുംനേരം പൊലീസുകാരൻ ബാലേട്ടന്റെ മകൾ ദിവ്യയുമായി ഞാൻ പ്രണയത്തിലായി. നാദക്കോട്ടമ്പലത്തിൽ മറത്തു

കളി നടക്കുന്ന ദിവസം പാലങ്കിക്കുന്നിന്റെ ഇലഞ്ഞിമരങ്ങൾ മറയിട്ട ഇരുട്ടിൽ ഞാനവളെ ആദ്യമായി ചുംബിച്ചു. നാദക്കോട്ടമ്പലത്തിൽനിന്ന് 'രാമരാഘവാ മാവിന്മേൽ മാങ്ങ, കേമമായി പറിച്ചിതെത്ര ഭംഗിയിൽ'എന്ന ചിന്തുപാട്ട് ഞങ്ങളെ ചുറ്റിവരിഞ്ഞു. എന്നിൽനിന്ന് ദിവ്യ കുതറിയോടിയതും ഞങ്ങളെത്തേടി മഴയും പൊക്കനും ഒന്നിച്ചു വന്നു. ചുംബിച്ചതിന്റെ തരിപ്പിനേക്കാളും പെയ്ത മഴയും വന്ന പൊക്കനും എന്നെ ആശ്ചര്യപ്പെടുത്തിക്കളഞ്ഞു.

വേനൽക്കാലത്തിന്റെ പൊള്ളുന്ന വെയിലിൽ വയലുകളിലെ നെൽച്ചെടികളിലേക്ക് വീശിയെത്തിയ ഒരു കാറ്റായിരുന്നു എനിക്കു പ്രണയം. നെൽച്ചെടിയായിരുന്നു ഞാൻ. പക്ഷേ, ഒടിഞ്ഞു തല കുത്താൻ സമയം ഏറെ വേണ്ടി വന്നില്ല. അവളുടെ വിവാഹം നിശ്ചയിക്കപ്പെട്ട രാത്രി എല്ലാ കാമുകന്മാരേയുംപോലെ ദുഃഖാർത്തനായി പാലങ്കിക്കുന്നിന്റെ അറ്റത്ത് ഒറ്റയ്ക്കിരുന്നു ഞാൻ മദ്യപിച്ചു. ഇരുട്ടിന്റെ നിശ്ശബ്ദതയിൽ വീടുകൾ മനുഷ്യരെപ്പോലെ ചുരുണ്ടുകിടക്കുന്നത് ഞാൻ നോക്കിനിന്നു. കുന്നിൻമുകളിലെ നിവർന്നുനില്ക്കുന്ന ഉണക്കപ്പുല്ലുകൾ കാറ്റിൽ ഇളകി. ലഹരിയുടെ കൊടുമുടിയിലായി, ഞാൻ. കുടിച്ചുതീർത്ത് പാറമേൽ നിവർന്നുനിന്ന് 'ഒരു പക്ഷിയായി, അപ്പൂപ്പൻതാടിയായി, ശാഖികളിൽനിന്നടർന്ന ഒരു പാഴിലയായി മരണമേ ഞാനിതാ വരികയായി...'എന്നു കൈകൾ വിടർത്തിയതാണ്. ഇരുട്ടിലൂടെ ഒരാൾ നടന്നുവരുന്നത് എന്റെ കാഴ്ചയെ ചുരുക്കി. പൊക്കൻ! കുന്നിൻമുകളിലേക്ക് അയാൾ കയറിവന്നു. എന്നെ നോക്കിയില്ല. എന്നെ കടന്ന് അയാൾ മറുവഴിയിലേക്കിറങ്ങി.

പൊക്കൻ ഇരുട്ടിലും നടക്കുന്നുണ്ട്. വെളിച്ചമില്ലാതെ ഇയാൾ എങ്ങനെ ഇത്രയും ദൂരെനിന്ന് ഇവിടെവരെയെത്തി? ഒരെത്തുംപിടിയും കിട്ടുന്നില്ലല്ലോ? ലഹരിപ്പുറത്ത് എനിക്കു തോന്നിയതാവുമോ?– ഞാൻ എല്ലായിടവും നോക്കി. പൊക്കന്റെ പൊടിപോലും കാണാനില്ലായിരുന്നു.

നക്ഷത്രങ്ങൾ കണ്ണു തുറന്നു. തട്ടിയും മുട്ടിയും വീണ്ടും ഞാൻ താഴേക്കു വേച്ചു.

ഒരു കാരണവും പറയാനില്ലാതെ അമ്മ പറങ്കിമാവിൽ കെട്ടിത്തൂങ്ങിയനേരവും പൊക്കൻ എനിക്കരികിലുണ്ടായിരുന്നു. അമ്മയെ കുന്നിൻമുകളിൽ അടക്കി ചിത കൊളുത്തുംനേരം പതിവുപോലെ ധിറുതിയിൽ നടന്നുപോകുന്ന പൊക്കൻ എന്റെ ശ്രദ്ധയുടെ വല കെട്ടി. ചിതയൊരുക്കാൻ വന്നവർ ഉച്ചത്തിൽ തെറിവിളിച്ച് പൊക്കനെ പരിഹസിച്ചു. പൊക്കൻ ഒന്നും മിണ്ടിയില്ല.

പൊക്കനിൽ ഞാൻ സാക്ഷിയായത് ഒരുവട്ടം മാത്രമാണ്. എന്റെയും പൊക്കന്റെയും ജീവിതത്തിൽ ഏറെ മാറ്റങ്ങൾ സംഭവിച്ചിരുന്നു, അപ്പോഴേക്കും. പൊക്കൻ കല്യാണം കഴിച്ചു. കഴിപ്പിച്ചു എന്നു പറയുന്നതാവും കൂടുതൽ ശരി. വകയിലെ വഴിയിൽ അമ്മാവനായി നില്ക്കുന്ന ശങ്കരന്റെ മകൾ റീജയായിരുന്നു വധു. ചടങ്ങൊന്നുമുണ്ടായിരുന്നില്ല. ഒരു ഞായറാഴ്ച പൊക്കന്റെ വീട്ടിലേക്ക് റീജ നിലവിളക്ക് സ്വയം കത്തിച്ച്

കയറുകയായിരുന്നു. പുഴക്കരയിലുള്ള സ്ഥലവും വീടുമായിരുന്നു കല്യാണത്തിലൂടെ ശങ്കരൻ ലക്ഷ്യംവെച്ചത്. എല്ലാവർക്കും ഇതറിയാമായിരുന്നു. പൊക്കനും നാരായണിക്കും അറിയാമായിരുന്നുവോ എന്നതിനു കൃത്യമായ ഒരുത്തരം പറയുക അസാദ്ധ്യമാണ്.

പൊക്കൻ വിവാഹിതനായി എന്നറിഞ്ഞപ്പോൾ എനിക്കു വല്ലാത്ത സന്തോഷം തോന്നി. നഗരത്തിലെ ഒരു തുണിക്കടയിൽ സെയിൽസ്മാന്റെ കുപ്പായത്തിലായിരുന്നു ഞാൻ. നാട്ടിൽനിന്ന് വിവരമറിഞ്ഞപ്പോൾ സന്തോഷം ബാധിച്ച് ഞാൻ രണ്ടു പെഗ് അടിക്കുകപോലുമുണ്ടായി. അന്ന് ലോഡ്ജിലേക്ക് ഇരുട്ടിന്റെ ഏകാന്തത കണ്ട് കാലിടറുമ്പോൾ പൊക്കന്റെ തോളിലെന്നപോലെ ഞാൻ ഒരു വശത്തേക്കു ചെരിഞ്ഞു.

കല്യാണം കഴിഞ്ഞിട്ടും പൊക്കൻ നടത്തം നിർത്തിയില്ല. വഴികളിൽനിന്ന് വഴികളിലേക്ക് പൊക്കന്റെ വിണ്ടുകീറിയ പാദങ്ങൾ മുന്നോട്ടുപോയി. തുണിക്കടയിലെ തിരക്കുകളും സുഹൃത്തുക്കളും ഒഴിഞ്ഞുപോയി ഞാൻ മാത്രമാകുമ്പോൾ പൊക്കനെ ഞാൻ ആലോചിക്കും. ചെറുപ്പത്തിലെ ഉത്തരം കിട്ടാത്ത ചോദ്യം വീണ്ടും ഞാൻ എന്റെ ഏകാന്തതയുടെ ഓപ്പറേഷൻ ടേബിളിൽ എടുത്തിടും. "പൊക്കാ, എന്നോടെങ്കിലും പറ, എങ്ങോട്ടാണ് നിന്റെ ഈ രണ്ടുംകല്പിച്ചുള്ള നടത്തം...?" ലഹരി തന്ന എന്റെ സ്വന്തം ഇരുട്ടിൽ പൊക്കനോടു ചോദിക്കും. ഒരു പല്ലി ചിലയ്ക്കും. കൂറ കടലാസ് കടിക്കും. എലികൾ പായും. ഞാൻ ഉറക്കത്തിലേക്കു പുതപ്പിടും.

ഓണാവധിക്ക് നാട്ടിലേക്കു തിരിച്ചുവരുന്ന സമയം. നാട്ടിലെത്തുമ്പോഴേക്കും ഏറെ വൈകി. ചാറൽമഴ കൂസാതെ മെഴുകുതിരി ചിരട്ടയിൽ കത്തിച്ചുപിടിച്ച് കുന്നിറങ്ങുമ്പോൾ ബലിപ്പാറയിൽ ഒരാൾ കുത്തിയിരിക്കുന്നത് കണ്ടു. അടുത്തുചെന്നു നോക്കിയപ്പോൾ പൊക്കൻ! പൊക്കൻ നടത്തം നിർത്തിയോ.. മെഴുകുതിരി പൊക്കനിലേക്കു താഴ്ത്തി. "പൊക്കാ....പൊക്കാ.."-ഞാൻ വിളിച്ചു. ഞെട്ടലിൽ പൊക്കന്റെ ശിരസ്സ് പിറകിലേക്കു ചാഞ്ഞു. ഒന്നും പറയാതെ പൊക്കൻ വേഗം കുന്നിറങ്ങി. ഇലഞ്ഞിമരങ്ങളിൽനിന്ന് കാക്കകൾ ഇരുട്ടിലേക്കു കരഞ്ഞു. മഴ ചിറകടിച്ചു. മെഴുകുതിരി കെട്ടു. ഊഹം വെച്ച് വീട്ടിലേക്കു ധിറുതി പിടിച്ചു.

"പൊക്കന്റെ അമ്മ മരണപ്പെട്ടു"- ഇടവഴിയിലെ സംസാരം പകലിനെ ഉണർത്തി. ജാലകത്തിലൂടെ വന്ന ചെറിയ വെളിച്ചത്തിലേക്ക് ഞാൻ ശൂന്യനായി.

എത്തുമ്പോൾ പൊക്കന്റെ അമ്മയെ ചിതയിലേക്ക് എടുത്തിരുന്നു. പൊക്കൻ നടക്കാൻ പോയതുകൊണ്ട് ഭാര്യയാണ് ചിതയ്ക്കു തീ കൊടുത്തത്. പൊക്കൻ വരുന്നതുവരെ കാത്തിരിക്കാനോ പൊക്കനെ തേടിപ്പോകാനോ ആർക്കും സമയം ഉണ്ടായിരുന്നില്ല.

"കഴുത്തിൽ ചവുട്ടേറ്റാ മരിച്ചത്. പാടുണ്ട്..."

ശരീരം കത്തുന്നതിനിടയിൽ ഒരാൾ പതുക്കെ പറഞ്ഞു.

"പ്രാന്തിന്റെ പുറത്ത് ആ നായിന്റാമോൻ ചെയ്തതായിരിക്കും."

"ഹേയ് ഓൻ ചെയ്യില്ലപ്പാ.. അത് പാവം.."

"എന്താ ചെയ്യാത്തേ. കൊറച്ചെങ്കിലും സ്നേഹംണ്ടെങ്കില് ഓൻ തീ കൊട്ക്കാൻ വരട്ടീലേ."

"ഓളാ ചവുട്ട്യേംന്നും പറയുന്നുണ്ട്... ഓളും ആ ഇറുക്കിശങ്കരനും ആരാ മക്കള്..."

"പതുക്കെ പറ...ഒരു നായ് ചത്തപോലെയുള്ളൂ ഇത്. അത്ര കരുത്യാ മതി. എന്തിനാ വെറുതേ ശങ്കരനെ പെണക്കാൻ നിക്കണ്ട."

എല്ലാ ചോദ്യങ്ങളെയും വിഴുങ്ങിക്കൊണ്ട് തീ ഇളകിയാടി.

III

പൊക്കൻ പിന്നെയും നടന്നു. വീടും കുടിസ്ഥലവും ശങ്കരൻ തെക്കുനിന്നു വന്ന ക്രിസ്ത്യാനിക്കു വിറ്റു. വീടു കണ്ടാൽ മാത്രം നില്ക്കുമായിരുന്ന പൊക്കൻ അതോടെ കല്ലു പോയ കുളിയൻതെയ്യത്തെപ്പോലെ എവിടെയും നില്ക്കാതെയായി. ആളുകൾ പൊക്കനെ പരിഗണിച്ചതേയില്ല. വഴികളിലൂടെ പൊക്കൻ കാലുകൾ വേഗത്തിൽ എടുത്തുവെച്ചു. കുട കൂടുതൽ മുറുക്കെപ്പിടിച്ചു. നോട്ടം കൂടുതൽ വിദൂരതയിലായി.

നാട്ടിലെ സ്ഥലവും പുരയിടവും ഞാൻ വിറ്റു കടം തീർത്തു. ബാക്കിപ്പൈസയുമായി നാടുവിടുന്ന ദിവസം പൊക്കനെ കാണണമെന്നുണ്ടായിരുന്നു എനിക്ക്. നഗരത്തിലേക്കുള്ള അവസാനത്തെ ബസിനുള്ള സമയമാവും വരെ വഴികളിലും കുന്നിൻപുറത്തും താഴ്വരയിലും പൊക്കനെ നോക്കി. കണ്ടില്ല. കയർകൊണ്ട് മുറുക്കിക്കെട്ടി, മൂലയിൽ കൂട്ടിയിട്ട മേഘംപോലെ വീർപ്പുമുട്ടി, ഞാൻ. കൈകൾ മുറുക്കിക്കെട്ടി സീറ്റിൽ ശിരസ്സു ചേർക്കുമ്പോൾ ബസ് സഡൻ ബ്രേയ്ക്കിട്ടു. തല കൊണ്ടുപോയി മുന്നിലെ സീറ്റുകമ്പിക്കടിച്ചു. "ചാവാനുള്ള പാച്ചലാണോടാ നായിന്റെ മോനേ...." ഡ്രൈവർ പുറത്തേക്കു തെറി കാർക്കിച്ചുതുപ്പി. നെറ്റി തടവി ഞാൻ നോക്കി - പൊക്കൻ വയൽവഴിയിലേക്കു ധിറുതിപ്പെടുന്നു. ഒരു മഴ തുടങ്ങി. കാറ്റ് ആഞ്ഞു വീശി. ഞാൻ ഷട്ടർ താഴ്ത്തിയില്ല. കുട തുറക്കാതെ നീളൻകാലുകൾ നീട്ടിവെച്ച് മഴയോടു തലയാട്ടി പൊക്കൻ നടന്നുപോവുന്നത് ഞാൻ നോക്കി, ബസ് മായ്ച്ചുകളയുംവരെ.

IV

ഇരുട്ട് എഴുന്നേറ്റു പോയിട്ടില്ലാത്ത ഈ നരച്ച പകലിൽ പൊക്കൻ ഓർമ്മയിൽ കുത്തുന്നു.

നഗരത്തിലേക്കു വന്നിട്ട് വർഷങ്ങളാകുന്നു.

പൊക്കൻ എവിടെയെന്നറിയില്ല. മരണത്തിലേക്കു നടന്നുപോയിട്ടുണ്ടാവാം.

ഇല്ല, ഇപ്പോഴും നടക്കുന്നുണ്ടാവും.

നിലവിളിപോലെ മഴ.

ഭാര്യയും മക്കളും ഉറക്കത്തിലാണ്.

ലിഫ്റ്റിൽ താഴെയിറങ്ങി. മഴയിലൂടെ പതുക്കെ നടന്നു. കുട തുറക്കാൻ തോന്നിയില്ല.

“ഇതെന്ത് മെല്ലെയാണ്... ഒന്ന് ഉഷാറാകൂ... വേഗം...വേഗം..”- മനസ്സ് ശാസിക്കുന്നു.

ഫ്ളാറ്റിൽനിന്ന് സ്നേഹം വറ്റിയ കണ്ണുകൾ എന്നെ ചൂണ്ടയിടുന്നുണ്ട്.

കൈകൾ നെഞ്ചിലേക്കു ചേർത്തുകെട്ടി.

കാലുകൾ നീട്ടിവെച്ചു.

കിതപ്പ് എനിക്കല്ല, മഴയ്ക്കാണ്.

വിറയൽ എനിക്കല്ല, മഴയ്ക്കാണ്.

മലയുടെ അടിവാരത്തിലൂടെ മഴയിൽ പൊക്കൻ ധിറുതിയിൽ നടന്നുപോകുന്നത് ഞാനിപ്പോൾ കാണുന്നു.

ഒന്നു നില്ക്കെന്റെ പൊക്കാ....ഞാനും വരുന്നു...

9 789386 364562

Printed by Libri Plureos GmbH in Hamburg,
Germany